அப்பாவின் துப்பாக்கி

அப்பாவின் துப்பாக்கி
ஹினெர் சலீம் (பி. 1964)

ஆசாத் ஷெரோ செலீம் எனும் இயற்பெயருடன் குர்திஸ்தானில் பிறந்தார். தம் பதினேழாவது வயதில், ஈராக்கைவிட்டு வெளியேறி (சதாம் உசேன் ஆட்சியைப் பிடித்தது முதல்), பல ஆண்டுகள் இத்தாலியில் வாழ்ந்த பிறகு பிரான்சில் குடியேறிய சலீம், திரைப்பட இயக்குநராகப் பணியாற்றிவருகிறார்.

அவர் இயக்கிய 'வோட்கா லெமன்' எனும் திரைப்படம், 2003ஆம் ஆண்டு, வெனீஸ் திரைப்பட விழாவில், 'சான் மார்க்கோ' விருதைப் பெற்றது.

குர்திய மக்களின் வரலாற்றையும், அவரது இளமைக்கால வாழ்க்கையையும் விவரிக்கும் 'அப்பாவின் துப்பாக்கி', பல மொழிகளில் மொழிபெயர்க்கப்பட்டு வருகிறது.

ஹினெர் சலீம் இயக்கியுள்ள படங்கள்:

'Long Live the Bride… and the Liberation of Kurdistan' (1997)
'Beyond Our Dreams' (2000)
'Vodka-Lemon' (2003) (Best award winner at Venice Film Festival in 2003)
'Kilometer Zero' (2005)
'The Valley of Tamburi' (2006)

சு.ஆ. வெங்கட சுப்புராய நாயகர் (பி. 1963)
மொழிபெயர்ப்பாளர்

பிரஞ்சு, தமிழ், ஆங்கில மொழிகளுக்கிடையே மொழிப்பாலம் அமைத்துவருபவர். கடந்த 33 ஆண்டுகளாகப் புதுச்சேரியில் பிரஞ்சுப் பேராசிரியராகப் பணியாற்றி வருகிறார். இதுவரை ஒன்பது புதினங்களைப் பிரஞ்சிலிருந்து நேரடியாகத் தமிழாக்கம் செய்துள்ளார். பிரஞ்சுச் சிறுகதைகளின் மொழியாக்கத் தொகுப்புகள் இரண்டினையும் வெளியிட்டுள்ளார். தமிழிலிருந்து கதைகள், கவிதைகளைப் பிரஞ்சில் மொழியாக்கம் செய்துள்ளார்.

சங்க இலக்கியச் செல்வங்களான குறுந்தொகை, ஐங்குறுநூறு ஆகியவற்றை முழுமையாக இவர் பிரஞ்சு மொழியாக்கம் செய்திருப்பது குறிப்பிடத்தக்கதாகும்.

1994, 2008 ஆகிய ஆண்டுகளில் பிரான்ஸ் சென்று, அரசின் உதவி யுடன் பிரான்ஸில் சில மாதங்கள் பயிற்சியும் நூலகங்களில் ஆய்வும் மேற்கொண்டவர். இவரது பிரஞ்சு – தமிழ் மொழிபெயர்ப்புத் திட்டம் ஒன்றினை, 2018ஆம் ஆண்டு மார்ச் முதல் மூன்று மாதங்கள் பிரான்ஸில் தங்கி முடிக்க பிரஞ்சு அரசு உதவி செய்தது. தொடர்ந்து மொழிபெயர்ப்பில் ஈடுபட்டுவரும் இவருடைய மொழியாக்க நடையின் எளிமை கி.ரா., பிரபஞ்சன் உள்ளிட்ட இலக்கிய ஆளுமைகளைக் கவர்ந்து பாராட்டைப் பெற்றதாகும்.

மொழியாக்கப் பணிக்காக மும்பை 'ஸ்பாரோ' அமைப்பின் '2020ஆம் ஆண்டுக்கான இலக்கிய விரு'தினைப் பெற்றவர். 2021ஆம் ஆண்டுக்கான பிரஞ்சு அரசின் 'ரோமன் ரோலன் மொழியாக்க விரு'தினைப் பெற்றார்.

இவரின் தமிழ் – பிரஞ்சு மொழிபெயர்ப்புச் சேவையைப் பாராட்டி 'நல்லி – திசை எட்டும் மொழியாக்க விரு'தினை 2022ஆம் ஆண்டு பெற்றார்.

கைப்பேசி : 9952146562
மின்னஞ்சல் : *vengadasouprayanayagar@gmail.com*

ஹினெர் சலீம்

அப்பாவின் துப்பாக்கி

தமிழில்
சு.ஆ. வெங்கட சுப்புராய நாயகர்

காலச்சுவடு பதிப்பகம்

அன்பார்ந்த வாசகருக்கு,

வணக்கம்.

காலச்சுவடு நூலை வாங்கியமைக்கு நன்றி.

நூலின் உள்ளடக்கம், உருவாக்கம், அட்டைப்படம் இன்ன பிற அம்சங்கள் பற்றிய உங்கள் கருத்துகளையும் ஆலோசனைகளையும் காலச்சுவடு வரவேற்கிறது. தகவல், எழுத்து, வாக்கியப் பிழைகள் தென்பட்டால் கட்டாயம் தெரிவித்து உதவுங்கள். நூல் தயாரிப்பில் கடும் குறைபாடு இருப்பின் மாற்றுப் பிரதி உங்களுக்குக் கிடைக்கக் காலச்சுவடு ஏற்பாடு செய்யும்.

மின்னஞ்சல்: publisher@kalachuvadu.com

காலச்சுவடு நாகர்கோவில் அலுவலகத்திற்குக் கடிதம் அனுப்பலாம்.

தங்கள்
எஸ்.ஆர். சுந்தரம் (கண்ணன்)
பதிப்பாளர் – நிர்வாக இயக்குநர்

"The work is published via the Publication Assistance Programme Tagore, with the support of Institut Français en Inde/Ambassade de France en Inde and the Institut Français de Paris"

Copyright © Editions du Seuil, 2004

அப்பாவின் துப்பாக்கி ❖ தன்வரலாறு ❖ ஆசிரியர்: ஹினெர் செலீம் ❖ தமிழில்: சு.ஆ. வெங்கட சுப்புராய நாயகர் ❖ முதல் பதிப்பு: ஆகஸ்ட் 2013, நான்காம் பதிப்பு: செப்டம்பர் 2023 ❖ வெளியீடு: காலச்சுவடு பப்ளிகேஷன்ஸ் (பி) லிட்., 669, கே. பி. சாலை, நாகர்கோவில் 629001

appaavin tuppaakki ❖ Memoir ❖ Tamil Translation of 'Le fusil de mon père' ❖ Author: Hiner Saleem ❖ Translated from French by: S.A.Vengada Soupraya Nayagar ❖ Language: Tamil ❖ First Edition: August 2013, Fourth Edition: September 2023 ❖ Size: Demy 1 x 8 ❖ Paper: 18.6 kg maplitho ❖ Pages: 128

Published by Kalachuvadu Publications Pvt. Ltd., 669, K.P. Road, Nagercoil 629001, India ❖ Phone: 91-4652-278525 ❖ e-mail: publications@kalachuvadu.com ❖ Printed at Adyar Students xerox Pvt. Ltd., No. 275 Habibullah Road, Triplicane high Road, Opp Triplicane Post Office, Triplicane, Chennai 600005

ISBN: 978-93-81969-80-9

09/2023/S.No. 525, kcp 4703, 18.6 (4) 1k

அப்பாவின் துப்பாக்கி

இப்படைப்பில் இடம்பெற்றுள்ள பல பெயர்கள், மூல மொழியான ஃபிரெஞ்சு மொழியின் உச்சரிப்பில் தரப்பட்டுள்ளன.

இடப்பெயர்கள் (மஹாபாத், பிஜில்), நதிப்பெயர்கள் (டைக்ரிஸ், ஸேப்) ஆகியவை வரலாற்றுப் பதிவுகளில் உள்ளதுபோல் ஆங்கில ஒலியமைப்பில் வழங்கப்பட்டுள்ளன.

கலாஸ்னிக்கோவ் (இதை உருவாக்கிய மிக்கெயில் கலாஸ்னிக்கோவ் எனும் ரஷ்யரின் பெயர்) என ஃபிரெஞ்சில் குறிப்பிடப்படும் துப்பாக்கி வகை, நம் வாசகர்களுக்குப் பரிச்சயமான ஏ.கே.47 என கொடுக்கப் பட்டுள்ளது. 1947ஆம் ஆண்டு புழக்கத்துக்கு வந்த இந்த ஆயுதம், ரஷ்ய மொழியில், Avtomat Kalashnikova என்று அழைக்கப்படுகிறது. இதன் சுருக்கமே AK-47.

சில நிறுவனங்களின் பெயர்கள் (ரேடியோ பாக்தாத், வாய்ஸ் ஆப் அமெரிக்கா) ஆங்கில ஒலியமைப்பில் வழங்கப்பட்டுள்ளன.

ஏனைய குர்திய, அரபு சொற்களுக்கான விளக்கங்கள் பிரதியிலேயே உள்ளன.

மொழிபெயர்ப்பாளர்

அப்பாவின் துப்பாக்கி

என் பெயர் ஆசாத் ஷெரோ செலீம். செலீம் மலே என்பவரின் பேரன். என் தாத்தாவுக்கு நகைச்சுவை உணர்வு அதிகம். சுதந்திர பூமியாக குர்திஸ்தான் இருந்தபோது அவர் ஒரு குர்தியராகப் பிறந்ததாகச் சொல்வாராம். பின்னர் வந்த ஒட்டோமானியர்கள் அவரைப் பார்த்து, "நீ ஒரு ஒட்டோமான்" என்று சொல்ல, அவரும் ஒட்டோமானாக மாறிப்போனாராம். ஒட்டோமான் பேரரசின் வீழ்ச்சிக்குப் பிறகு, துருக்கியராக மாறினார். துருக்கியர் வெளியேறியதும் குர்திய மன்னர் ஷேக்முகமதுவின் பேரரசில் மீண்டும் குர்தியரானார். அடுத்து ஆங்கிலேயர் வந்தனர். மேன்மை தங்கிய அரசரின் பிரஜையாக மாறிவிட்டார். அதனால் தாத்தா சில ஆங்கிலச் சொற்களையும் கற்றுக்கொண்டார்.

ஆங்கிலேயர்கள் ஈராக்கை உருவாக்கிய போது, தாத்தா ஈராக்கியராக மாறிப்போனார். ஆனால் ஈராக் எனும் இந்தப் புதிய சொல்லின் உள்ளர்த்தம் கடைசிவரை அவருக்கு விளங்கவே இல்லை. இறுதி மூச்சுவரை, ஈராக்கியர் என்று சொல்லிக்கொள்வதில் அவர் பெருமையடைந்ததும் இல்லை. அவருடைய மகனான என் அப்பா, ஷெரோ செலீம் மலேவுக்கும் அதே உணர்வுதான்.

ஆனால், ஆசாத் ஆகிய எனக்கு அப்போது விவரம் தெரியாத வயது.

எங்களுடைய அழகான பழைய வீட்டின் தோட்டத்தில் பெரிய முசுக்கொட்டை மரம்

ஒன்று இருந்தது. அதன் கீழே உட்கார்ந்தபடி, என் அம்மா மாதுளம்பழங்களை உரித்துக்கொண்டிருந்தார். அவர் கழுத்தில் அணிந்திருந்த பூப்போட்ட துண்டின் நுனி மட்டுமே என் பார்வையில் பட்டது. மாதுளை மணிகளின் சாறு அவரது கைகளுக்கு வண்ணம் பூசியிருந்தது. இலையுதிர்காலப் பழங்களின் சிவப்புநிறச் சாறு அவர் முகத்தில் தெறித்திருந்தது.

கால்களை மடக்கி உட்கார்ந்துகொண்டு, ஆசைதீர மாதுளையைச் சாப்பிட்டபடி இருந்தேன். இருப்பதில் நல்ல முத்துகளைத் தேர்ந்தெடுத்து, என்னிடம் கொடுத்த அம்மா, "போய் சட்டையை மாற்று" என்று சொல்லிக்கொண்டிருந்தார். ஏனெனில், அது பள்ளிக்கு அணிந்து செல்லும் வெள்ளைச் சட்டை. திருப்தியாகச் சாப்பிட்டு முடித்த நான், வானத்தில் சிறகடிக்கும் ஓசை கேட்டவுடன், எழுந்துவிட்டேன். அது, என் மாமாவின் மகன் ஷெத்தோ வளர்த்துவந்த சாகசப் புறாக்கள் எழுப்பிய ஓசை. எங்கள் தோட்டத்தில் இறங்கி, அதன் ஓரத்தில் இருந்த வேலியின் கீழ்ப் பக்கமாக நுழைந்து வெளியேறினேன். படிக்கட்டில் ஏறி ஒருவழியாக என் மாமா மகன் வீட்டின் மொட்டை மாடிக்குப் போய்ச் சேர்ந்தேன். கோடை நாட்களில் அங்குதான் நாங்கள் உறங்குவது வழக்கம். ஷெத்தோவையும் அவன் வளர்த்து வந்த மூன்று புறாக்களின் கூண்டுகளையும் பார்த்தேன். தன் கையில் வைத்திருந்த புறாவைப் பெருமை பொங்க என்னிடம் காட்டிவிட்டு, அவன் அதை வானில் பறக்க விட்டான். பறக்கும் விசையைப் பெற்ற அப்பறவை ஆகாயத்தின் உச்சியை நோக்கி, எழும்பிப் பறந்தது. பிறகு, வெற்றிடத்தில் பெரிய சுமைபோல் கீழே இறங்கி வட்டமடிக்க ஆரம்பித்தது. எங்களுக்கு ஒரே ஆச்சரியம். மேலே எழும்பிய புறாவை, அண்ணாந்து வாயைப் பிளந்தவாறு பார்த்துக்கொண்டிருந்தோம். இந்தப் பயிற்சி முடிந்ததும், எங்கள் தலைகளுக்கு மேல் ஒரு பெரிய வட்டம் அடித்துவிட்டு எங்கள் பக்கத்திலேயே வந்து உட்கார்ந்துகொண்டது. என் மாமா மகன் வளர்த்த சாகசப் புறாக்களில் ஹீரோவான இதற்கு அவன் வைத்த பெயர் லியோ (சிங்கம்) என்பதாகும். ஷெத்தோ இரண்டாவது புறாவை எடுத்து வானில் ஏவினான். சென்ற முறை போலவே அழகான காட்சி அமைந்தாலும், பயிற்சியின் முடிவில், புறா எங்களிடம் திரும்பி வரவில்லை. எங்கள் பார்வைக்கு அப்பால் சென்றுவிட்டது. ஆளுக்கு ஒரு திசையாகத் தோட்டத்தில் இறங்கிப் பறவையைத் தேடிப் பார்த்தோம். செர்ரி மரத்தின் மேல் புறா உட்காரவில்லை என உறுதியாக எனக்குத் தெரியும். இருந்தாலும், மரங்களின் உச்சியிலும் நோட்டமிட்டேன். அப்பொழுது திடீரென்று, எங்கள் வீட்டுக்கு மிக அருகில் பதற்றமான குரல்கள் கேட்டன. ஏதோ அசம்பாவிதம் நடந்துவிட்டதை ஊகிக்க முடிந்தது.

என்ன ஆயிற்று என்று தெரிந்துகொள்ள வேகமாக ஓடினேன். வேலியில் சிக்கி, என் சட்டை மாட்டிக்கொண்டது. என்னை விடுவித்துக்கொள்ள முயன்றபோது, பெண்கள் பயந்து எழுப்பிய கூக்குரல் எனக்குக் கேட்டது. யாராவது இறந்து விட்டார்களா? வேகமாக ஓட எத்தனித்ததில் என் பள்ளிக்கூட வெள்ளைச்சட்டை கிழிந்துபோனது.

வீட்டின் பின்புறத்துக்கு வந்து சேர்ந்தேன். பச்சைத் துணியால் உறைபோடப்பட்ட குரானுடன் என் அம்மா பரபரப் பாகக் கத்திக்கொண்டே வெளியே ஓடியதைப் பார்த்தேன். அங்கு பதற்றத்துடன் நின்றிருந்த ஆயுதம் தாங்கிய ஆட்களிடம் குரானைக் காட்டி, கலக்கமான குரலில், "குரான்மேல் சாட்சியாக, என் வீட்டை ஒன்றும் செய்துவிடாதீர்கள்" என்று அவர்களைப் பார்த்துக் கெஞ்சினார். என் கண்முன்னே அவர்மேல் உருட்டுக் கட்டையால் அடி விழுந்தது. அப்படியே பூமியில் சாய்ந்து விட்டார். முட்டிபோட்டபடி சமாளித்து எழுந்திருக்கப் பார்த்தார். என்னைப் பார்த்துவிட்ட அம்மா பயந்து போய், "போய் பதுங்கிக் கொள்" என்று கத்தினார். ஏனெனில், சிறியவரோ பெரியவரோ ஆண் என்றால் கொல்லப்படக்கூடும். நான் அம்மா மேல்போய் விழுந்தேன். அவரோ எழுந்து என்னைத் தள்ளிவிட்டார். உடனே வேகமாகத் தோட்டத்துக்கு ஓடிப்போய் ஒரு மரத்துக்குப் பின்னால் பதுங்கிக்கொண்டேன். எங்கள் பகுதியெங்கும் துப்பாக்கிக் குண்டுகளின் சத்தம் கேட்டுக்கொண்டே இருந்தது. மக்களின் கூக்குரலும் கேட்டது. எங்கள் வீட்டிலிருந்து நெருப்பும் புகையும் மேலே எழும்புவதைப் பார்க்க முடிந்தது. எனக்குப் பதட்டமாகவும் நடுக்கமாகவும் இருந்தது. மரத்துக்குப் பின்னால் பதுங்கியிருந்த நான் ஆயுதம் தாங்கிய மேலும் சிலர் வருவதைப் பார்த்தேன். வந்தவர்கள், மாமா மமூவின் வீட்டைத் தேடிக்கொண் டிருந்தார்கள். அவர் வீடு ஏற்கனவே எரிந்து சாம்பலாகியிருந்தது.

மமூவுக்கு அப்பொழுது வயது முப்பது. பள்ளி ஆசிரியராக வேலை பார்த்து வந்தார். அவருடைய அப்பா, ஆகிரே நகரில் உள்ள பள்ளிவாசல் பகுதியில் பெரிய வியாபாரி. வழக்கம்போல, வெள்ளிக் கிழமை தொழுகை நேரத்தில் அவர் பள்ளிவாசலுக்குள் போய் தொழும்போது, தந்தையின் துணிக்கடையை மமூ கவனித்துக்கொண்டிருந்தார். அன்றைய தினம், ஓமர் ஆகா அரசாங்கத்தை ஆதரிக்கும் படையைச் சேர்ந்த பத்துப் பதினைந்து பேர் கொண்ட கும்பல் திபுதிபுவென கடைக்குள் புகுந்து விட்டது. மமூ எப்பொழுதும் குர்திஸ்தான் தேச பக்தர்களின் தலைவரான தளபதி பர்ஸானியின் ஆதரவாளராக இருந்து வந்தார். உள்ளே வந்த படைவீரர்கள் அவரை வம்புக்கு இழுத்தார்கள். மாமாவும் முடிந்தவரை கோபத்தை அடக்கிப் பார்த்தார். ஆனால் அந்தக் கூட்டத்தின் தலைவன், என்

மாமாவைப் பார்த்து பர்ஸானியின் அடிவருடி என்றும், துரோகி என்றும் ஏளனம் செய்தான். மமூவின் பொறுமைக்கான எல்லை கடந்துவிட்டது. மறுமொழி எதுவும் சொல்லாமல் நேராகக் கடைக்குள் போய் நூல்கண்டுக்குள் இருந்து 9 எம்.எம் கைத்துப்பாக்கியை எடுத்து வந்தார். கூட்டத்தைப் பார்த்து ஒரே வார்த்தைதான் சொன்னார். 'ஜாச்சே'*. பிறகு அந்தக் கூட்டத் தலைவனின் நடுத்தலையில் மூன்று தடவைச் சுட்டார். மேலும், அந்தக் கும்பலைச் சேர்ந்த இரண்டு பேரைச் சுட்டுவிட்டுத் தப்பியோடிவிட்டார். மாமாவைக் கொல்லத்தான் அவர்கள் திட்டமிட்டு வந்தார்கள் என்பது இப்போது தெளிவாகி விட்டது. ஆனால், அவரோ ஓர் ஆண்மகனாக உயிர் துறக்க விரும்பினார்.

தன் வீட்டின் எதிரில் வந்த பிறகும், உள்ளே போனால் மாட்டிக்கொள்ள நேரிடும் என்பதால் வீட்டுக்குள் போக வில்லை. வீதியை நோட்டமிட்டபடியே தமது அம்மாவைக் கூப்பிட்டுத் தன் துப்பாக்கியைக் கொண்டுவரும்படி கூறினார். படைவீரர்கள் அவரை நெருங்கிவிட்டார்கள். என் மாமா தம் துப்பாக்கிக்காகவும் அதில் உள்ள தோட்டாக்களுக்காகவும் காத்துக்கொண்டிருந்தார். ஆனால் பதற்றத்தில் என் அத்தை, துப்பாக்கியை மறைக்க வேண்டும் என்று தவறாக நினைத்து விட்டார். எனவே, வீட்டை விட்டு அவர் வெளியே வரவே யில்லை. கையிலுள்ள ஒரே ஆயுதமான கைத்துப்பாக்கியுடன் தப்பிச் செல்வதைத் தவிர வேறு வழி எதுவும் என் மாமாவுக்குத் தெரியவில்லை. எங்கள் பகுதியில், படைவீரர்கள் உள்ளே வரும்போதே ஷெத்தோவின் அப்பா ரசூலைக் கொன்று விட்டார்கள். அருகிலிருந்த மலைப்பகுதியை நோக்கி மமூ ஓடினார். படைவீரர்கள் அவரைத் துரத்திச் சென்றனர். அவர் ஒரு பாறைக்குப் பின் பதுங்கிக்கொண்டு காயத்துக்குக் கட்டுப் போட்டார். பிறகு, அவரை எல்லோரும் சுற்றி வளைத்து விட்டார்கள். நாலாப் பக்கத்திலிருந்தும் குண்டுமழை அவர்மேல் பொழிந்தபடி இருந்தது. கடைசி குண்டுவரை போராடிப் பார்த்தார். அவருடைய துப்பாக்கியின் குண்டுகள் தீர்ந்துபோகவே அவர் உயிருடன் மாட்டிக்கொண்டார். ஆனால், உடனடியாக அவர்கள் அவரைக் கொன்றுவிடவில்லை. குன்றுகளிலிருந்து கீழே இறங்கி வந்து, அவரது கால்களைப் பிணைத்து ஒரு ஜீப்பின் பின்புறம் கயிற்றால் கட்டி நகரத்தை நோக்கி இழுத்துக் கொண்டு போனார்கள். மற்ற தேசபக்தர்களை அச்சுறுத்துவதற் காக, மூன்று முறை அந்நகரத்தின் மையப்பகுதியை இப்படிச் சுற்றிவந்தார்கள். என் மாமா நிலைகுலைந்து ரத்தம் தோய்ந்த கந்தல் துணிபோல் ஆகினார்.

---

* இனத்துரோகி

நாங்கள் தப்பி ஓடினோம். ஆனால் அந்தக் குறிப்பிட்ட நாளில் மட்டும் எங்கள் குடும்பத்தில் ஏழுபேரை இழந்து விட்டோம்.

அப்பொழுது எனக்கு அதிகம் விவரம் தெரியாத வயது.

எப்படியும் பழிவாங்க வேண்டும் என்ற உணர்வு மேலோங்கிய நிலையில் எங்கள் குடும்பம் பிலே வந்து சேர்ந்தது. அது நூறு வீடுகளைக் கொண்ட சிறு கிராமமாகும். எங்கள் மக்களின் தலைவரான தளபதி முஸ்தஃபா பர்ஸானியின் தலைமை அலுவலகம் இதன் அருகில் உள்ள ரேஸான் நகரில்தான் இருந்தது. எனது ஆகிரே நகரத்தைவிட்டு வெளியேறுவது இது எனக்கு இரண்டாவது முறையாகும். முதல் முறை, அப்பாவைப் பார்ப்பதற்காக வெகுதொலைவில் உள்ள இடத்திற்கு அம்மா என்னை அழைத்துச் சென்றார். சிறையில் இருந்து வெளியேறியதும் அப்பாவை வீட்டுக்காவலில் வைத்திருந்தார்கள். சவூதி அரேபியாவுக்கும் ஈராக்குக்குமான தெற்கு எல்லையில் பாலை வனத்தின் நடுவே அமைந்திருந்தது அந்த வீடு. குர்தியப் போராட்டத்துக்காக 'மோர்ஸ்' தகவல் கருவியைத் திருடியதாக என் அப்பா மேல் குற்றஞ்சாட்டப்பட்டிருந்தது.

டைக்ரிஸின் பெரிய கிளைநதியான ஸாப் கரையோரத்தில் பிலே கிராமம் அமைந்திருந்தது. 'பெஸ்மெர்காஸ்' என்று அழைக்கப்படும் குர்தியப் போராளிகளின் கட்டுப்பாட்டில் இந்தப் பகுதி முழுவதும் இருந்துவந்தது. நாங்கள் இங்கு வந்து சேர்ந்த முதல் நாளிலேயே தளபதி பர்ஸானியின் தனிப்பட்ட உத்தரவின் பேரில் ஒற்றை அறை கொண்ட வீடு ஒன்றை எங்களுக்கு ஏற்பாடு செய்திருந்தார்கள்.

வீட்டின் அருகே வசித்தவர்கள், பெரிய தட்டுகளில் எங்களுக்கு உணவு கொண்டுவந்தார்கள். சாப்பிட்டு முடித்ததும், தரையில் படுத்துத் தூங்கப் போர்வைகளை விரித்தோம். கொட்டடி ஆடுகளைப்போல நெருக்கிக்கொண்டு தூங்கினோம். இடி இடிக்கும் சத்தம் கேட்டது. எனக்குப் பயமாக இருந்தது. குளிர ஆரம்பித்துவிட்டது. எங்களிடம் போதிய அளவு போர்வைகள் இல்லை.

மழை பெய்யத் தொடங்கியது. என்னால் தூங்க முடிய வில்லை. மேலே இருந்த மண் தளத்தில் இருந்து ஒரு சொட்டு மழைநீர் என் உதட்டில் விழுந்தது. அப்படியே அதை சுவைத்துப் பார்த்தேன். மண் ருசி வரவே துப்பிவிட்டேன். இரண்டாம் சொட்டு, மூன்றாம் சொட்டு எனத் தொடர்ந்து, நிற்காமல்

---

* மரணத்தை நேருக்குநேர் எதிர்கொள்பவர்கள்

விழுந்துக்கொண்டே இருந்தது. அம்மாவைக் கூப்பிட்டேன். அவர் எழுந்துவந்து அண்ணன் பக்கம் என்னைத் தள்ளிவிட்டார். என் உதடு இருந்த இடத்தில் மழை நீரைச் சேகரிக்க ஒரு தட்டை வைத்தார். மீண்டும் அம்மா தூங்கப் போய்விட்டார்.

எனக்குத் தூக்கம் வரவில்லை. தட்டின் மேல் விழும் மழைத் துளிகளின் சத்தத்தைக் கேட்டபடியே படுத்துக்கிடந்தேன். உடம்பைச் சூடேற்றிக்கொள்ள என்னை அப்படியே குறுக்கிக் கொண்டேன். மழைத்துளிகள் விழவே திடுக்கிட்டு அக்கா ஸினே எழுந்துவிட்டார். கொஞ்ச நேரத்தில் மீண்டும் தூங்கிவிட்டார். தொடர்ந்து மழை சொட்டிக்கொண்டே இருந்தது. இடையில், அம்மா எழுந்து அக்காவைத் தள்ளிவிட்டு, இன்னும் ஒரு தட்டை மழை சொட்டுமிடத்தில் வைத்தார். அந்த அறையின் மற்றொரு மூலையில் மேலும் பல இடங்களில் ஒழுகிக்கொண்டிருப்பதை உணர முடிந்தது. என் அம்மா மீண்டும் எழுந்து ஒரு தட்டை எடுத்து வந்தார். மற்றொரு அக்காமேல் மழைத்துளி விழுந்தபோது, எங்களிடம் இருந்த தட்டுகளின் இருப்பு காலியாகிவிட்டது. எனவே அம்மா ஒரு வாணலியை எடுத்தார்.

அப்பா, தூங்கிக்கொண்டிருப்பதாக நினைத்திருந்தேன். ஆனால், அவர் தலையணையின் கீழிருந்து சிகரெட் பெட்டியை எடுத்தார். கண்களைத் திறக்காமலேயே ஒரு சிகரெட்டை எடுத்துப் பற்றவைத்துப் புகைக்கத் தொடங்கினார். எனக்கு சந்தோஷமாக இருந்தது. என்னைப் போலவே இன்னும் ஒருவர் தூங்கவில்லை. ஆனால் அவர் வஞ்சம் தீர்ப்பது பற்றியே நினைத்துக்கொண்டு இருந்தார். அவர் மார்புமேல் ஒரு துளி மழைநீர் விழுந்தது. அப்பொழுதும் கண்களைத் திறக்காமலேயே இருந்தார். அவருடைய போர்வைமேல் ஈரம் பரவ ஆரம்பித்தது. ஆனால் அவர் எதுவும் செய்யாமல் இருந்தார். மழைத்துளிகள் அவர் கழுத்து, நெற்றியென விழுந்துகொண்டே இருந்தாலும் அவர் புகைப்பதை நிறுத்தவில்லை.

ஐந்து துளிகள் முகத்திலும், ஒன்பது துளிகள் மார்பிலும் விழுந்த பிறகுதான் அவர் எழுந்திருப்பது என முடிவு செய்தார். அரிக்கன் விளக்கை எடுத்துக்கொண்டு வெளியே போனார். ஓட்டைகளை அடைக்கப் பயன்படுத்தப்படும் உருளையைக் கொண்டு மேற்கூரையைச் சரிசெய்ய ஏறினார். அறை முழுவதும் ஈரமாகிவிட்டது. ஒரேயொரு பகுதி மட்டும் இன்னும் ஈரம் படாமல் இருந்தது. அனைவரும் அந்த இடத்தில் போய் ஒண்டிக் கொண்டோம். எங்கள் எல்லோருடைய பார்வையும் தளத்தை நோக்கியே இருந்தது.

அப்பா மேற்தளத்திற்குச் சென்று செய்த வேலையால் நிலைமை இப்பொழுது மேலும் மோசமானது. கால்களில் சேறும்

சகதியுமான செருப்புகளுடன் அறைக்குத் திரும்பி வந்தார். ஒட்டியிருந்த மண்ணைத் துடைக்க காலை உதறினார். அப்படிச் செய்யும்போது, செருப்பு அறைக்குள்போய் விழுந்தது. பிறகு, ஈரமான உடைகளுடன் எங்கள் அருகே வந்து படுத்துக் கொண்டார். எங்கள் மத்தியில் மயான அமைதி நிலவியது. துணிமூட்டையில் இருந்த பெரிய மாதுளம்பழத்தை எடுத்து எல்லோருக்கும் அம்மா பங்கிட்டுக் கொடுத்தார். அது எங்கள் தோட்டத்தில் விளைந்த மாதுளம்பழம். எல்லோருடைய வாயும் இனித்தபடி இருந்தது.

நான் விழித்துக்கொண்டபோது உடம்பு சூடாக இருப்பதை உணர்ந்தேன். பசி எடுத்தது. கண்களைத் திறந்து பார்த்தேன். எல்லோரும் காலைச் சிற்றுண்டியைச் சாப்பிட்டுக்கொண்டிருந்தார்கள். தேநீர்க் கோப்பைகளில் கரண்டிகள் கலக்கும் சத்தம் கேட்டது. திறந்திருந்த பெரிய கதவின் வழியாகவும் சின்ன ஜன்னலின் வழியாகவும் சூரியக் கதிர்கள் ஊடுருவி அறையை வெளிச்சமாக்கின. நான் பாம்புபோல நெளிந்தபடி சோம்பல் முறித்து எழுந்தேன். எங்கள் குடும்பத்தினருடன் போய்ச் சேர்ந்து கொண்டேன். எங்கள் வீட்டின் முன் யாரோ ஒருவரின் உருவம் தெரிந்தது. தான் வந்திருப்பதைத் தெரிவிக்க அந்த ஆள் இருமினார். 'தயாராக இருக்கிறாயா' என்று அப்பாவைக் கேட்டார். அப்பா ஒரே மடக்கில் தேநீர்க் கோப்பையைக் காலி செய்தார். 'சார்வெல்' எனும் உப்பிய பேன்டும், இடுப்பைச் சுற்றி வெள்ளை பூப்போட்ட கருப்பு பெல்ட்டும் அணிந்து ஏற்கனவே தயாராக இருந்தார். சிவப்புக் கட்டம் போட்ட வெள்ளைத் தலைப்பாகையைச் சரிசெய்துகொண்டு அம்மா பக்கம் திரும்பி, 'நான் கிளம்புகிறேன்' என்றார். அம்மா பதிலுக்கு 'சரி' என்றார்.

அம்மா முகத்திலிருந்த சிரிப்பு எப்போதோ மறைந்து போய்விட்டது. கொல்லப்பட்ட அவருடைய சகோதரனையும், குடும்பத்தின் மற்ற ஆறு பேரையும் நினைத்துப் புலம்பிக் கொண்டே இருந்தார்.

எனக்கு இன்னமும் விவரம் புரியாத வயதுதான்.

எங்கள் வீட்டின் முன்புறத்தில், சூறாவளி சேர்த்துவிட்டுச் சென்ற சிறு மணல் திட்டுகள் தெரிந்தன. தொலைவில், மலையும் செஸ்ட்நட் மரங்களும் காலை ஒளி வெள்ளத்தில் நனைந்து கொண்டிருந்தன. வெயிலில் காய்ந்துகொண்டிருந்த போர்வைகள் முந்தைய நாள் இரவில் ஏற்பட்ட சங்கடத்தை நினைவூட்டிக் கொண்டிருந்தன. ஆர்வம் மேலிட, வீட்டைச் சுற்றி என்ன இருக்கிறது என்று சுற்றிப்பார்த்தேன். ஒரு பெரிய சிமென்ட் கட்டடத்தின் அருகே வந்துவிட்டேன். திறந்திருந்த கதவு வழியாக

நான் பார்த்த காட்சி என்னை வியப்பில் ஆழ்த்தியது. ஒரு பெரிய பெண்மணி – இரண்டு மீட்டர் உயரமாவது இருப்பார் – வழவழப்பான வெள்ளைக் கூந்தலுடன், நீல நிற கண்களுடனும் வெண்ணைக்கட்டி போன்ற வெள்ளை நிற மேனியுடனும் காட்சியளித்தார். என் அம்மா மாதிரியே குர்திய முறைப்படி உடையணிந்திருந்தார். கால்வரை நீளும் நல்ல எடுப்பான நிறத்தில் பெரிய மேலாடையும், உடம்புக்கு ஏற்ற மேலங்கியும் அணிந்திருந்தார். என்னைப் பார்த்துச் சிரித்துவிட்டு, "அண்மையில் வந்து சேர்ந்த குடும்பத்துப் பிள்ளையா?" என்று கேட்டார். கன்றுகுட்டியைப் போல வெட்கப்பட்டுக்கொண்டே, 'ஆமாம்' என்று தலையாட்டினேன். என்னுடன் விளையாட அவருடைய மகனைக் கூப்பிட்டார். அவன் எப்படி இருப்பானோ என்று பார்க்க மிகவும் ஆர்வத்துடன் காத்திருந்தேன். வீட்டைவிட்டு வெளியே வந்தவன் என்னை நோக்கி நடந்துவந்தான். என்னைப் போலவே, மாநிறமாக, கருப்பு முடியுடனும் இருண்ட கண்களுடனும் இருந்தான். எனக்கு ஏமாற்றமாய்ப் போய்விட்டது. எங்கள் இருவருக்கும் ஒரே வயதுதான். அந்த அம்மாவைப் பார்த்தேன். மகனையும் பார்த்தேன். இது போன்ற அம்மாவுக்கு இப்படியான மகன் எப்படிப் பிறக்க முடியும் என்று எனக்குப் புதிராக இருந்தது. சிவந்த நிறத்தில் தேவலோக தேவதையாகக் காட்சி தரும் இவருக்கா என்னைப் போல முகமிருக்கும் கருப்புச் சிறுவன் பிறக்க முடியும்!

அவன் பெயர் ரெஸ்கர். நாங்கள் சீக்கிரம் நல்ல நண்பர்களாகி விட்டோம். தண்ணீர் கொண்டுவர இருவரும் புறப்பட்டோம். கிணறு எங்கு இருக்கிறது என்று எனக்குத் தெரியாது. கரையோரம் உள்ள ஆற்றுக்குப் போகலாம் என்று ரெஸ்கர் சொன்னான். ஊருக்குள் இருந்த வீதிகளைக் கடந்தபிறகு கடைசி வீட்டைத் தாண்டியிருப்போம். நான் அப்படியே நின்று விட்டேன். என் கண்களையே என்னால் நம்ப முடியவில்லை. ரெஸ்கரின் அம்மாவைப்போல அதே நிறம், கூந்தல், நீல நிறக் கண்களுடைய உயரமான வேறு ஒரு பெண் நின்றிருந்தார். அவரும் குர்திய முறைப்படியே உடை அணிந்திருந்தார். ஆனால் அவை என் அம்மாவின் உடைகளைவிட அழகாகத் தெரிந்தன. ரெஸ்கர் தொடர்ந்து நடந்தபடியே இருந்தான்.

அந்த நினைவிலிருந்து சுதாரித்துக்கொண்டு ஓடிப்போய் அவனுடன் சேர்ந்துகொண்டேன். வேகமாக ஓடிகொண்டிருந்த ஸாப் ஆற்றின் கரைக்கு வந்து சேர்ந்தோம். அப்பெரிய ஆற்றின் தண்ணீர் தெளிவாக இருந்தது. அடுத்த கரையில் ஈராக்கியப் படைவீரர்கள் இருந்தார்கள். அதுதான் எல்லைப் பகுதி.

எங்கள் ஆக்ரே நகருடன் ஒப்பிடும்போது, பிலே சிறிய கிராமம்தான். இங்கு ஆட்சியாளர் என்று சொல்ல யாரும்

கிடையாது. குர்தியர்களின் தலைவரான தளபதி பர்ஸானியின் கட்டுப்பாட்டிலேயே எல்லாம் இருந்துவந்தது. நாங்கள் இந்த இடத்துக்கு வந்து சேர்ந்த நாள் முதல், அப்பாவைத் தேடி பலர் வந்தவண்ணம் இருந்தார்கள். பல நாட்கள் அவர் தலைமறைவாகவே இருந்தார். ஈராக்கியத் தகவல்களை வழிமறித்து, மொழிபெயர்த்து எங்கள் போராளிகளுக்குக் கட்டளைகளை அனுப்புவதற்காக அப்பாவை தளபதி கூப்பிடுவார். அப்பாதான் தளபதி பர்ஸானியின் தகவல் தொடர்பாளராக இயங்கி வந்தார். அம்மாவிடம் அப்பா அடிக்கடி மீசையைத் தடவியபடி, "ஹேபேத், நான்தான் தளபதியின் அந்தரங்கத் தகவல் தொடர்பாளர்" எனப் பெருமையாகச் சொல்வதுண்டு.

எங்கள் வீட்டில் இரண்டு கௌதாரிகள், ஒரு அலமாரி, நாள் முழுதும் அப்பா கேட்டுக்கொண்டிருக்கும் பழைய சோவியத் வானொலிப் பெட்டி ஆகியவை இருந்தன. பள்ளியில் மீண்டும் சேர்க்கப்பட்டேன். அங்கு கல்வி குர்திய மொழியில் இருந்தது. என் அப்பாவைப் பொருத்தவரை, படிப்பு மிகவும் அவசியம். நான் ஒரு வழக்கறிஞராகவோ, நீதிபதியாகவோ வரவேண்டும் என்று அவர் ஆசைப்பட்டார். 'ஏ ரக்கீப், ஹெர் மயே கெமே குர்த் ஸீமான்'* எனும் எங்கள் தேசீய கீதத்தைக் கற்றுக்கொண்டேன்.

ஆசிரியர் அப்துல் ரகுமான் மயக்கவைக்கும் தம் வயலின் கருவியுடன் சொல்லிக் கொடுத்த மற்றப் பாடல்களையும் கற்றுக் கொண்டேன். அவர் என் ஆசிரியர் மட்டுமல்ல, அந்தப் பள்ளியின் பொறுப்பாளரும், தலைமையாசிரியரும் அவர்தான்.

அப்துல் ரகுமான் திருமணமாகாதவர். அவரது சொந்த ஊர் எர்பீல். அவருடைய வீட்டு வேலைகளில் மாணவர்களாகிய நாங்கள் உதவி செய்வோம். குளிர்காலத்தில், வீட்டைச் சூடேற்ற விறகுகளைக் கொண்டு வருவோம். மேல்தளத்தில் குவிந்திருக்கும் பனிக்கட்டிகளை அப்புறப்படுத்துவோம். எங்கள் வீட்டில் ஏதாவது விசேஷமான உணவு சமைத்தால் அவரைச் சாப்பிட அழைப்போம். அவர் அடக்கமும் எளிமையும் கொண்ட மனிதர்.

அன்று வெயில் சுள்ளென்று காய்ந்துகொண்டிருந்தது. பள்ளியிலிருந்து வீடு திரும்பியதும் புத்தகங்களை வைத்துவிட்டு உடைகளைக் கழற்றிப் போட்டேன். ரெஸ்கருடன் அம்மணமாக ஸாப் ஆற்றை நோக்கி ஓடினேன். எங்களை மறந்து வெறிபிடித்த மாதிரி ஓடினோம். ஓடிய வேகத்தில்போய் ஆற்றுக்குள் குதித்தோம். உடம்பைச் சுற்றி உயிருள்ள பொருட்கள் ஊர்வது போல உணர்ந்தேன். உடலில் ஐம்புலனும் எச்சரிக்கை செய்யத் தொடங்கின. கண்களை அகல விரித்தபடி தலையை நீர்ப்பரப்புக்கு

---

* ஓ நண்பர்களே! தைரியமாக இருங்கள். குர்திய இனம் உயிர்ப்புடன் இருக்கிறது. அவர்தம் கொடியை யாரும் வீழ்த்த முடியாது

மேல் வெளியே நீட்டினேன். என்னைச் சுற்றி நிறைய புழுக்கள் அடர்த்தியான நிறத்தில் மேய்ந்துகொண்டிருந்தன. தலை, முடி, காதுகள் என உடம்பை முழுவதுமாக நெளியும் புழுக்கள் ஆக்கிரமித்தன. பயந்துபோய், கண்ணை மூடிக்கொண்டு கரையை நோக்கி நீந்தினேன். புழுக்களிடமிருந்து என்னைக் காப்பாற்றிக்கொள்ள எல்லாப் பக்கமும் கைகளை அசைத்து நீந்திக்கொண்டிருந்தேன். திடீரென்று ஒரு பெரிய சிரிப்புச் சத்தம் கேட்டது. வேறு யாரும் இல்லை, என் அம்மாதான். என் மாமாவை ஜீப்பில் கட்டி இழுத்துச் சென்றபிறகு அம்மாவின் சிரிப்புச் சத்தத்தை அன்றுதான் முதல் முறையாகக் கேட்டேன்.

என்னைப் பார்த்ததும் உதவிக்கு வராமல் பைத்தியம் மாதிரி அம்மா சிரித்துக்கொண்டே இருந்தார். அது ஒரு ஏப்ரல் மாதம். வசந்த காலத்தில் புழுக்கள் தரையின் மேல்பரப்புக்கு வருவது வழக்கம். பனி உருகும்போது, சிறு ஏரிகளில் நீர்மட்டம் உயரும். இதனால் புழுக்கள் நிறைந்துள்ள மண் குவியல்கள் கரைந்து நதியை நோக்கி அவை இழுத்துச் செல்லப்படும்.

நாங்கள் திரும்பி வரும் வழியில், மேலும் ஒரு பெண்ணைப் பார்த்தோம். வெள்ளை நிற முடியுடனும் அழகான கால்களுடனும் இருந்த அவரைப் பார்த்ததும் புழுக்களை மறந்துபோனேன். என் அம்மா பக்கம் திரும்பி, “எத்தனைபேர் இப்படி இருக்கிறார்கள்?” என்று கேட்டேன். “அவர்கள் எல்லாம் ரஷ்யர்கள்” என்றார் அம்மா.

அவர் எல்லாவற்றையும் விளக்கமாகச் சொன்னார். 1946ஆம் ஆண்டு ஈரானில் குர்தியக் குடியரசு வீழ்ந்ததும், நம் தலைவரான தளபதி முஸ்தபா பர்ஸானி, ஈரானியர்களிடம் அடிபணிய மறுத்துக் கடைசிவரை போராடிப் பார்த்தார். ஆனால், ஈராக்கியர்களும் துருக்கியர்களும் ஈரான் படைக்கு உதவி செய்ததால் தளபதியால் அதற்குமேல் தாக்குப்பிடிக்க முடியவில்லை.

நூற்றுக்கும் அதிகமான படை வீரர்களுடன் மட்டுமே இருந்த பர்ஸானி ரஷ்யாவிடம் தஞ்சமடைய நேரிட்டது. இப்படிச் சென்றவர்கள் பல ஆண்டுகள் அங்கேயே தங்கி விட்டார்கள். 1958ஆம் ஆண்டு அரசவை வீழ்ந்த பிறகுதான் ஈராக் திரும்பினார்கள். அப்படிச் சென்றவர்களில் சிலர், இரண்டாம் உலகப் போரின்போது விதவையான ரஷ்யப் பெண்களைத் திருமணம் செய்துகொண்டார்கள். ஒரு வழியாக எனக்குப் புதிர் விளங்கியது.

1968ஆம் ஆண்டின் கோடைக்காலத் தொடக்கத்தில், என் அப்பா ‘ரேடியோ பாக்தாத்’தைக் கேட்டுப் பொழுதுபோக்குவதை

வழக்கமாகக் கொண்டிருந்தார். அரபு மொழியில் எதுவும் எனக்குப் புரியாது. ஆனால் சில சம்பவங்கள் நடப்பதை மட்டும் என்னால் உணர முடிந்தது. எங்கள் கிராமத்திலுள்ள எல்லா ஆண்களும் ஆயுதங்களைத் தயாராக வைத்திருந்தார்கள். வானொலியில் இரண்டு பெயர்கள் இடைவிடாமல் ஒலித்துக் கொண்டிருந்தன. அஹமது ஹசன் அல் பக்ர், சதாம் உசேன் தாக்ரிதி எனும் அந்த இரண்டு 'புட்சிஸ்ட்'* தலைவர்களின் பெயர்கள் எனக்கு மனப்பாடமாகி இருந்தன. எங்களை, அரசு தாக்கப் போவதாக வதந்தி நிலவியது. தளபதி பர்ஸானியின் கட்டளைகளுக்காக எல்லோரும் காத்திருந்தார்கள். ஒரே வார்த்தை, ஒரே சமிக்ஞை அவரிடமிருந்து வந்தால் போதும். அப்பாவின் பழைய 'புருனோ' துப்பாக்கி சுடத் தயாராக இருந்தது. எதிர்பார்த்திருந்த உத்தரவு வந்ததும் அடுத்த நொடியே பழைய செக் நாட்டு துப்பாக்கியை அப்பா எடுத்துக்கொண்டார். ஒரு குதிரை அவருக்காகக் காத்திருந்தது. அம்மாவிடம், "நான் புறப்படுகிறேன்" என்றார். அம்மாவும் பதிலுக்கு 'சரி' என்றார். புறப்படும்போது, இவை தவிர வேறு எதையும் அப்பா சொல்லி, நான் கேட்டதே இல்லை.

எவ்வித பெரிய சம்பவமும் நிகழாமல் சில நாட்கள் கழிந்தன. கொஞ்சம் கொஞ்சமாக மக்களும் இயல்பு வாழ்க்கைக்குத் திரும்பிக்கொண்டிருந்தார்கள். தளபதி அளித்திருந்த புதுக் குதிரையுடன் அப்பா திரும்பி வந்தார். அவரிடம் புதிய புருனோ துப்பாக்கி ஒன்றும் இருந்தது. ஆயிரம் மீட்டர் தொலைவில் உள்ள சிகரெட் நுனியைக்கூட துல்லியமாக சென்று தாக்கக் கூடிய திறன் அந்தத் துப்பாக்கிக்கு உண்டு என்று அப்பா பெருமையாகச் சொல்வார். இந்த ஒரு ஆயுதமே போதும். ஆயிரம் படைவீரர்கள் என்ன, ஓமர் ஆகாவின் மொத்தக் கூட்டத்தையே சமாளித்துவிடுவேன் என்று அம்மாவிடம் அடிக்கடி சொல்வார். எங்கள் குடும்பத்தைச் சேர்ந்த ஏழுபேரின் இழப்புக்குப் பழிவாங்க இதுதான் சரியான துப்பாக்கியாக இருந்தது.

அபபா வீட்டில் இருக்கும்போதெல்லாம், ரேஸானில் உள்ள தமது வீட்டில் தளபதி பர்ஸானி இருப்பதில்லை என்பதைப் புரிந்துகொண்டேன். போராளிகளைப் பார்த்துவரச் சென்று விடுவார். அப்பொழுது என் அப்பா அவருக்குத் தேவைப்பட மாட்டார்.

தன்னுடைய புதுத் துப்பாக்கியைத் துடைத்து வைத்து விட்டு, வானொலி கேட்க அப்பா வந்தார். கடைசியாகக் கிடைத்திருக்கும் செய்திகளை முடிந்தவரை அறிந்துகொள்ள அங்கிருந்த ஒரே அறைக்கு வந்து அமர்ந்தார். புதிதாகப்

---

* இராணுவப் புரட்சியின் மூலம் ஆட்சியைப் பிடித்தவர்கள்

பொறுப்பேற்றுள்ள அரசுக்கு எங்களைத் தாக்கும் எண்ணம் இல்லை என்பதைக் கேட்டதும் அவருக்கு நம்பிக்கை ஏற்பட்டது. மேலும் குர்தியர்களுக்கு எதிராக இரண்டு புட்சிஸ்ட் போர்வழிகளும் இல்லை என்ற தகவலையும் வானொலி வெளியிட்டது. எனினும் சோசலிச அரேபிய மீட்சியின் கட்சியான 'பாத்' எனும் புதிய கட்சி உதயமானது என்ற செய்தி அப்பாவைக் கவலையடையச் செய்தது.

எங்கள் வீடு இருக்கும் ஆக்ரே நகருக்கு இன்னும் திரும்ப இயலவில்லை. எங்களுக்குச் சொந்தமான வீடு, உறவினர், குடும்ப நினைவிடங்கள் என எல்லாவற்றையும் நினைத்து ஏங்கிக்கொண்டிருந்தோம். என் மாமா மகன் ஷெத்தோவையும் அவன் வளர்த்த சாகசப் பறவைகளையும், எங்கள் தோட்டத்து மாதுளம்பழங்களையும், எங்கள் மாலைப்பொழுதை ஒளிரச்செய்த பல்பையும் நினைத்தபடி நான் இருந்தேன். நினைவில் நிற்கும் இவற்றை எப்பொழுது பார்க்கப் போகிறோம் என்று கவலையாக இருந்தது. சீக்கிரம் விடுதலை கிடைத்துவிடும் என்று எங்கள் தலைவரான தளபதி பர்ஸானி மீண்டும் அறிவித்தபோது அவர்மீது நம்பிக்கை ஏற்பட்டது. ஆனால் சுதந்திரத்தை எதிர்பார்த்து எதிர்பார்த்தே நிறைய நாட்கள் கடந்துகொண்டிருந்தன.

நள்ளிரவு கும்மிருட்டாக இருந்தது. கதவுக்கு அந்தப் பக்கம் ஏதோ சத்தம் வருவதை அப்பா கவனித்துவிட்டார். அவருடைய மெத்தையின் அடியிலிருந்து புருனோவை வெளியே எடுத்து, தோட்டாக்களைப் பொருத்தினார். நாங்கள் எல்லோரும் விழித்துக் கொண்டோம். கதவு மெல்ல திறந்தது. சுடுவதற்குத் தயாராக, விசையில் விரலை வைத்தபடி என் அப்பா காத்திருந்தார். அரும்பு மீசையுடன் இளம் வாலிபன் ஒருவன் வாசலைத் தாண்டி உள்ளே வந்தான். வேறு யாருமில்லை. பதினெட்டு வயது நிரம்பிய என் அண்ணன் திலோவான். அப்பாவின் கையில் இருந்த துப்பாக்கி கீழே விழுந்தது. சந்தோஷத்தில் துள்ளிக் குதித்த அப்பா, மகனது கைகளைப் பற்றிக்கொண்டார். அம்மா, நான் என எல்லோரும் அண்ணனைச் சூழ்ந்துகொண்டோம். உணர்ச்சிப் பெருக்கில், எல்லோரும் அழுதுவிட்டோம். நாங்கள் அவரைப் பார்த்து மூன்று ஆண்டுகள் கடந்துவிட்டன.

அரிக்கன் விளக்கின் ஒளியைக் கூட்டிவைத்துவிட்டு அவரைச் சுற்றி உட்கார்ந்துகொண்டோம். அண்ணனின் கழுத்திற்கு அருகில் சென்று தன் மகனின் வாசனையை அம்மா முகர்ந்து பார்த்தார். அண்ணன் கோட்டைக் கழற்றினார். அதைக் கையில் வாங்கிய அம்மா, தம் முகத்துக்கு அருகில் கொண்டு சென்றார். அப்பா மட்டும் மீண்டும் ஒருமுறை வற்புறுத்திச் சொல்லவில்லை என்றால் தேநீர் தயாரிக்கக்கூட அம்மா மறந்து இருப்பார்.

தேநீருடன் திரும்பிய அடுத்த நொடியே அம்மா அண்ணனின் கோட்டை மறுபடியும் எடுத்து மடிமேல் வைத்துக் கொண்டார். அண்ணன் திலோவான் பேசுவதைக் கேட்டபடியே தேநீர் அருந்தினோம். அவரை அப்படியே பார்வையால் விழுங்கிக் கொண்டிருந்தோம். அவர் அனுபவித்த பெஸ்மெர்கா வாழ்க்கையைப் பற்றி எங்களிடம் விவரித்துக்கொண்டிருந்தார். அப்பாவைப் போலவே அவரும் நம்பிக்கையுடன் சொன்னார். இன்னும் ஓராண்டுக்குத்தான் சண்டையும் சில தியாகங்களும் இருக்கும். நமக்கு எப்படியும் விடுதலை கிடைத்துவிடும் என்று நம்பிக்கையோடு பேசினார். எங்கள் உடம்பு முழுவதும் சற்றே சிலிர்த்தது. இன்னும் ஒரு வருடத்தில் குர்திஸ்தான் எங்களுடைய நாடாகிவிடும்.

அம்மா அரிக்கன் விளக்கைத் தூக்கி மகன் முகத்தை நன்றாகப் பார்க்க, அண்ணன் முகத்துக்கு அருகில் கொண்டு சென்றார். ஆனால் அப்பா விளக்கைத் தள்ளிவிட்டார். புகையால் மகனைத் தொந்தரவு செய்வதை அவர் விரும்பவில்லை. அம்மா, அண்ணன் கழற்றித் தந்த அந்தக் கோட்டையே முகர்ந்தவாறு திரும்பத் திரும்ப, "இது என் மகனின் வாசனை" என்று சொல்லிக் கொண்டே இருந்தார். நடுநிசிக்குப் பிறகு மெல்லிய குரலில், "மகனே, உனக்குப் பதினெட்டு வயது ஆகிவிட்டது. இப்பொழுது பெரியவனாகிவிட்டாய். நீ திருமணம் செய்துகொள்ள வேண்டும். நாங்களும் எங்கள் பேரப்பிள்ளையைப் பார்க்க வேண்டும்" என்றார். அண்ணனுக்கு என்ன சொல்வது என்று தெரியவில்லை. அவர் இளம் வாலிபன். பெற்றோருக்கு முன் பெண்களைப் பற்றி பேசியது இல்லை. புன்னகையை மட்டும் உதிர்த்துவிட்டு, நீங்கள்தான் முடிவு செய்ய வேண்டும் என்று சொல்லிவிட்டார்.

எனக்கு மிகவும் சந்தோஷமாக இருந்தது. அம்மாவைப் போலவே, நானும் அவரை வைத்தகண் வாங்காமல் பார்த்துக் கொண்டிருந்தேன். அண்ணன் என்று ஒருவர் இருப்பது எவ்வளவு இனிமையான விஷயம், விடிந்திருந்தபோதும் சிறுவனான நான், என் அம்மா மடியின் மீது தலைவைத்தபடி, கண்கள் மட்டும் திலோவானைப் பார்த்துக்கொண்டே தூங்கிப்போனேன்.

ஜூலை மாதத்தில் ஒரு நாள் இரவு, என் அப்பா ரேடியோ பாக்தாத்தில் 'மக்கள் குரல்' கேட்டுக்கொண்டிருந்தார். கேட்கக் கேட்க குர்திய மொழியில் எங்களுக்கு அதை மொழிபெயர்த்துக் கொண்டிருந்தார். அரேபிய புதிய கட்சியான பாத் கட்சியின் மக்கள் தொடர்பாளர், பாக்தாத்தில் இருக்கும் ஈராக்கியர் களுக்கு ஓர் அழைப்பு விடுத்தார். நம் தேச விரோதிகளைத் தூக்கிலிடப்பட்ட மரங்கள் அமைந்துள்ள விடுதலைச் சதுக்கத்தில்

அப்பாவின் துப்பாக்கி

கெபாப் சாப்பிட வரும்படி வேண்டினார். உரத்த குரலில். "ஓ ஈராக்கியனே! உன் நாட்டை இனி எதிரிகளிடமிருந்து மீட்போம்" என்றார். தூக்கிலிடப்பட்டவர்கள் பாக்தாத்தைச் சேர்ந்தவர்கள். அதாவது ஈராக்கியர்கள் அல்லது யூத இன ஈராக்கியர்கள்.

யூதர்கள் பாக்தாத்தில் தூக்கிலிடப்பட்டார்கள் என்பதை அறிந்ததும், வெகுதூரத்தில் இருந்தாலும், அப்பாவுக்குப் பிலே நகரைப் பற்றிய அச்சம் ஏற்பட்டது. வெகு தூரத்தில் இவர் இருந்தாலும். . .

அவருடைய அப்பா, அதாவது என் தாத்தாவான, செலீம் மலே ஷெரோ இரண்டாம் தாரமாக யூத இனத்தைச் சேர்ந்த ஆயிஷா எனும் பெண்ணைத் திருணம் செய்திருந்தார். நான் பிறப்பதற்கு முன்பே ஆயிஷாவின் குடும்பம் இஸ்ரேலுக்குச் சென்றுவிட்டது. ஆனால் ஆயிஷா மட்டும் ஆக்ரே நகரிலேயே தங்கிவிட்டார். என் தாத்தாவை அவர் அந்த அளவுக்கு நேசித்தார். தாத்தா இறந்த பிறகும் நாட்டை விட்டுப்போக ஆயிஷா மறுத்தார். தாத்தாவின் இடுகாட்டுக்கு அருகிலேயே இருக்க விரும்பினார். எங்கள் நகரில் எல்லோருக்கும் அவர்களைப் பற்றித் தெரியும். யூதப் பெண்ணான ஆயிஷாவை எந்த அளவுக்குத் தாத்தா நேசித்தார் என்பதும் தெரியும். அவருடன் இஸ்ரேலுக்குச் செல்லக்கூட தாத்தா தயாராக இருந்தாராம். ஒரு நாள் தன்னுடைய பயிர் முழுவதும் எரிந்து கொண்டிருந்த போதும் ஆயிஷாவுடன் கட்டிலில் இருந்த என் தாத்தா அவரை விட்டுப் பிரியமாட்டேன் என்றாராம்.

என் அப்பாவின் முகத்தில் பயத்தைப் பார்க்க முடிந்தது. விடுதலைச் சதுக்கத்தில், கெபாப் சாப்பிடும் கும்பலுக்கு நடுவில், தூக்கிலிடப் பட்டவர்களுடன் அவர் இருப்பதாக உணர்ந்தார். காரணம், அவருடைய அப்பா யூதரான ஆயிஷாவை மணந்திருந்ததுதான்.

என் அப்பா பழைய நினைவுகளில் மூழ்கி இருந்தார். அவரை விட்டு அண்ணன் திலோவானிடம் வந்து சேர்ந்து கொண்டேன். அவர் என்னை ஊரிலுள்ள சில கடைகளுக்கு அழைத்துச் சென்றார். அவர் எனக்கு வாங்கித் தரும்படியான பொருள் ஏதாவது இருக்குமா என்று ஆர்வத்துடன் தேடிப் பார்த்தேன். முதல் கடையில், தொப்பிகள் மட்டுமே விற்பனைக்கு வைக்கப்பட்டிருந்தன. உள்ளே, சுவரில் ஒரு புருனோ தொங்கிக் கொண்டிருந்தது. நான் விரும்பும் பொருள் எதுவும் அங்கு இல்லை. இரண்டாவது கடையில் குதிரைகளுக்கான உபகரணங்கள் மட்டும் இருந்தன. தங்கள் வாகனங்களிலிருந்து

இறங்கிய குதிரைவீரர்கள் பலரைக் கடைவாசலில் காண முடிந்தது. அடுத்த கடையில், விவசாயம் தொடர்பான பொருட்கள் விற்கப்பட்டன. கடைசியாக ஒரு கடை இருந்தது. அங்கு தூசுபடிந்த எண்ணெய் கேன்கள் இருந்தன. டீ பாக்கெட்டுகளுக்கும் சர்க்கரை மூட்டைகளுக்கும் இடையில் ஓர் ஓரத்தில் பிஸ்கட் பாக்கெட்டுகளும் தெரிந்தன. அண்ணனும் நானும் ஒருவரையொருவர் பார்த்துக்கொண்டோம். உள்ளே நுழைந்தோம். எல்லாப் பொருட்களும் ஈரானிலிருந்து கள்ளத் தனமாக வந்திருந்தன. ஏனெனில், எங்கள் தலைவர் பர்ஸானியின் கட்டுப்பாட்டில் இருந்த பகுதிகளில் பாக்தாத் தடையுத்தரவு பிறப்பித்திருந்தது.

அண்ணன் ஒரு பிஸ்கட் பாக்கெட்டை எடுத்தார். என் நாக்கில் எச்சில் ஊறியது. அது தேனும் எள்ளும் கலந்த பிஸ்கட். அந்தப் பாக்கெட்டை வைத்திருந்த அண்ணனின் கை திரும்பும் பக்கமெல்லாம் என் கண்களும் கூடவே சென்றன. நாக்கில் அந்த பிஸ்கட்கள் கரைவது போல உணர்ந்தேன். பாக்கெட்டை எடுத்துக்கொள்ள அதற்கான சமிக்ஞைக்காகக் காத்திருந்தேன். அப்படிக் காத்திருந்தது பெரியதொரு கால இடைவெளியாகத் தெரிந்தது. ஆனால் கடைசியில் கடைக்காரரிடமே பாக்கெட்டைத் திருப்பிக் கொடுத்துவிட்டு என்னைத் தன் பின்னால் வரும்படிச் சொன்னார். நாங்கள் கடையைவிட்டு வெளியே வந்துவிட்டோம். எனக்குப் பெருத்த ஏமாற்றமாகப் போய்விட்டது. வாய் வறண்டு போய் துக்கம் தொண்டையை அடைத்தது. அண்ணன் திலோவான் என் பக்கம் திரும்பி, "ஆசாத், அது நல்ல பிஸ்கட் தான். ஆனால் அதில் எள்ளைவிட மற்றவைதான் அதிகம் இருக்கின்றன. வா, உனக்கு வேறு ஏதாவது வாங்கித் தருகிறேன்" என்றார். பிலே நகரில் எனக்குப் பிடித்த பொருளை வாங்கிக் கொள்ள வேறு கடைகள் இல்லை. கடைசிக் கடை எங்கள் மக்களின் சின்னமாகக் கருதப்படும் கௌதாரிப் பறவையின் பிரியர்களுக்கானது. எங்கள் மலைப்பகுதிகளில் பிரபலமான அந்தப் பறவைகளை விரும்பி வளர்ப்பவர்கள் கூடும் இடம் அது. இப்பறவை தன் இனத்துக்கே பெரும் எதிரியாக மாறக் கூடியது என்பது எனக்குத் தெரியும். வேட்டையாடுபவர்கள், இதைப் பழக்கி ஒரு பறவையைக் கவர்பொருளாக வைத்து, மற்ற பறவைகளைப் பிடிப்பது வழக்கம். ஆனால் ஒரு விஷயம் எனக்கு விளங்கவில்லை. இப்படிப்பட்ட பறவைகளுடன் குர்தியர்களான எங்களை, அம்மா ஏன் ஒப்பிட்டுப் பேசுகிறார் என்பது தெரிய வில்லை. எனக்கு அப்போது விவரம் தெரியாத வயது.

ஹமாதூக்கின் 'ச்சாய் ஹானே"வுக்கு வந்து சேர்ந்தோம். படிக்கட்டில் ஏறிப் பால்கனியை அடைந்தோம். கீழ்த்தளம் முடி

---

* தேநீர் விடுதி

அப்பாவின் துப்பாக்கி

திருத்துபவருக்கு ஒதுக்கப்பட்டிருந்தது. அது ஒரு நடுத்தரமான தேநீர் விடுதி. உடைந்த சின்ன பெஞ்சுகள், மேசைகளாகப் பயன்பட்ட காலி டிரம்கள் ஆகியவை இருந்தன. 'காசினோ' என்று பொறிக்கப்பட்ட பெரிய பலகை ஒன்றும் காணப்பட்டது. ஆனால், அங்கு குடிக்க தேநீர் மட்டும்தான் கிடைத்தது. எங்களைச் சுற்றியிருந்த வாடிக்கையாளர்கள், மடியில் துப்பாக்கியுடன் டோமினோ எனும் ஆட்டத்தில் ஈடுபட்டிருந்தார்கள். அவர்களைப் பார்த்து அண்ணன் கையை உயர்த்தி வணக்கம் சொன்னார். நாங்கள் உட்கார்ந்தோம். அண்ணன் தேநீர் கொண்டுவரச் சொன்னார்.

எனக்கு அதில் விருப்பமில்லை. இருந்தாலும் எனக்கென வாங்கித் தரும்படி வேறு எதுவும் அங்கு இல்லை. பிறகு, முடிவெட்ட கீழே உள்ள முடி திருத்துபவரிடம் என்னை அனுப்பினார். பலவிதமான சிகையலங்காரங்கள் இருந்தாலும், தலையில் ஒரு பாத்திரத்தைக் கவிழ்த்துவிட்டு, முடி வெட்டுபவர் அதைச் சுற்றி இருப்பதைச் சிரைக்கும் வகையைத் தேர்ந்தெடுத்தேன். பிலே நகரின் பள்ளியில் என் பள்ளித் தோழர்களைப் போல் என் தலையிலும் ஒரு முடித்திட்டு இருந்தது. ஆக்ரே நகரில் நான் மட்டுமே இந்தக் கிராப்பை வைத்திருந்தேன் என்று எனக்கு நன்றாகத் தெரியும்.

வீட்டுக்குத் திரும்பியபோது, அப்பா கொஞ்சம் சஞ்சலத்தில் இருந்தார். அண்ணனிடம் ஏதோ முணுமுணுத்தார். அண்ணன் அவசரமாக மலைப்பகுதிக்குச் சென்றுவிட வேண்டும் என்று சொன்னார். அம்மா வற்புறுத்தவே, புறப்படுவதற்கு முன் திலோவான் சில ஆலிவ்களும், சவாரும்* சாப்பிட்டார். அண்ணன் கிளம்புவதைப் பார்ப்பதற்குக் கஷ்டமாக இருந்தது. என் அம்மா அழுதுகொண்டிருந்தார். நிலைமை மோசமாகி வருகிறது என்பது மட்டும் தெளிவாகத் தெரிந்தது.

அப்பாவின் வானொலிப் பெட்டியில் அந்த இரண்டு புட்சிஸ்ட் பேர்வழிகளையும் 'ரேடியோ மாஸ்கோ' குற்றஞ் சாட்டியது. குர்திய மக்களை மீட்க வந்த விடுதலைப் போராளியாகத் தளபதி பர்ஸானி, முன்னிறுத்தப்பட்டார். ஆனால் 'வாய்ஸ் ஆப் அமெரிக்கா' வானொலியோ, குர்தியர்களைப் புரட்சியாளர்களாகவும் திருடர்களாகவும் சித்தரித்தது. 'ரேடியோ பாக்தாத்', எங்கள் தலைவரையும் எங்களையும் தொடர்ந்து வசைபாடிக்கொண்டிருந்தது. எங்களை சீயோனிசத்தின் கைக்கூலிகள் என்றும் பாத் இனத்தின் எதிரிகள் என்றும் குற்றஞ்சுமத்தியது. யூதர்களைத் தொடர்ந்து, மற்ற எதிரிகளை நசுக்குவதைப் பற்றி புட்சிஸ்ட்கள் பேசினார்கள்.

---

* உடைத்த கோதுமை

எங்கள் கிராமங்களில் சிலவற்றை ஈராக்கிய இராணுவம் குண்டுவீசித் தாக்க ஆரம்பித்தது. எங்களிடையே மீண்டும் கொந்தளிப்பு காணப்பட்டது. ஆயுதந்தாங்கியவர்களுடன் குதிரைகளும் கோவேறு கழுதைகளும் கிராமம் முழுவதும் வலம் வந்தன.

ஹமாதூக்கின் 'கேசினோ'வில் பெஸ்மெர்காக்கள் நிரம்பி வழிந்தார்கள். பாட்டிலில் அடைக்கப்பட்ட ஒருவித பானத்தை அவர்கள் சாப்பிட்டுக்கொண்டிருந்தார்கள். அது தேநீர் இல்லை. அதைவிட நிறம் மேலும் அடர்த்தியாக இருந்தது. அதைப் பருகி முடித்ததும் பெரிதாக ஏப்பம் விட்டபடி இருந்தார்கள். அது என்ன பானம், சுவை எப்படி இருக்கும் என்று தெரிந்துகொள்ள எனக்கு ஆவலாக இருந்தது. ஆனால், அத்தகைய புதிரான பானத்தை வாங்கிக் குடித்துப் பார்க்க என்னிடம் பணம் இல்லை. ஹமாதூக் என்னதான் செய்கிறார் என்று ஆர்வத்துடன் கவனித்துக்கொண்டிருந்தேன். ஒரு இரும்புத் துண்டால் பாட்டிலைத் திறந்தார். அப்படிச் செய்யும்போது தண்ணீருக்குள் துப்பாக்கிக் குண்டு பாய்ந்ததைப் போன்ற ஒரு சத்தம் கேட்டது. திறந்த அடுத்த நொடி, அந்தக் கறுப்புப் பாட்டிலில் இருந்து வெள்ளையாக நுரை வெளியேறியது. ரெஸ்கரும் நானும் உடனடியாக பாட்டில் கார்க்குகளை எடுத்து வைத்துக் கொண்டோம். எங்கள் பாக்கெட்டுகள் சீக்கிரம் நிரம்பிவிட்டன. நான் தனியாக இருக்கும்போது கீழே விழுந்த புது கார்க் ஒன்றை நுனி நாக்கால் ருசித்துப் பார்த்தேன். அந்த வினோதமான பானத்தின் ருசியைக் கண்டுபிடிக்கவே முடியவில்லை.

திடீரென்று எங்களுக்கு மேலே ஆகாயத்தில் இரண்டு விமானங்கள் தாழ்வாக வந்து வட்டமடித்தன. எங்கும் பீதி. சிலர் ஓடிப்போய்ப் பதுங்கிக்கொண்டார்கள். இன்னும் சிலர் தரையில் படுத்துக் கொண்டார்கள். என் இதயமே நின்று விடுவதுபோல் பயத்தில் உறைந்து போனேன். ரஜாப், பால்கனியி லிருந்து குதித்து, என்மேல் தாவி, சுவரின் பக்கம் என்னைத் தள்ளி விட்டார். துப்பாக்கியை உயர்த்தி விமானங்களை நோக்கிச் சுட ஆரம்பித்தார். வெடித்தூளின் நெடியை உணர முடிந்தது. விமானங்கள் போய்விட்டன. துப்பாக்கியை மறுபடியும் பெருமையாகத் தோளின் மேல் போட்டுக்கொண்டு, பால்கனிக்கு ஏறிச் செல்ல ரஜாப் ஆயத்தமானார். என் தலைமேல் கைவைத்து வாஞ்சையாகத் தடவிக்கொண்டே, "உனக்குப் பயமாக இல்லையா?" என்று கேட்டார். நான் பயத்தில்தான் இருந்தேன். ஆனால், இல்லை என்று தலையாட்டினேன். குர்தியர்களுக்குப் பயம் இருக்கக் கூடாது. அவர், "நீ யாருடைய பிள்ளை?" என்று என்னைப் பார்த்துக் கேட்டார்.

“ஷெரோவின் பிள்ளை” என்றேன்.

அவர் முகம் பிரகாசமானது. “அட! தளபதியின் அந்தரங்கத் தகவல் தொடர்பாளரான ஷெரோவின் பிள்ளையா?” என்று கேட்டார். “ஆமாம்” என்று மட்டும் சொன்னேன். உடனே ஹமாதூக்கை நோக்கி உரத்தக் குரலில், “இந்த வருங்கால பெஸ்மெர்காவுக்கு ஒரு பாட்டில் கொண்டு வா” என்று சொன்னார். காசினோ உரிமையாளரான அவர் அப்பொழுது தான் சமோவார்* பின்புறம் உள்ள மறைவிடத்தில் இருந்து வெளியே வந்துகொண்டிருந்தார். ரஜா என்னைப் பார்த்து, “உன் பெயர் என்ன?” என்று கேட்டார். “ஆசாத்” என்றதும் “அழகான பெயர்” என்றார்.

ஹமாதூக் இரண்டு பாட்டில்களுடன் வந்தார். ஒன்று கறுப்பு, இன்னொன்று மஞ்சள்.

“உனக்கு எது வேண்டும்?” ரஜாப் என்னிடம் கேட்டார். “எதுவும் வேண்டாம்” வெட்கத்துடன் பதில் சொன்னேன். பாட்டில்களைக் காட்டி, “பார்த்தாயா? இந்தக் கறுப்பு பாட்டில் கோகோகோலா. இந்த மஞ்சள் ஆரஞ்சு ஜூஸ் நன்றாக இருக்கும். இதை நீ குடிக்கலாம்” என்று ரஜாப் மறுபடியும் வற்புறுத்திச் சொன்னார். அப்போதும் வேண்டாம் என்று தலையாட்டினேன். ரஜாப் என்னிடமிருந்து திரும்பிப் படிக்கட்டின் மேல் ஏற ஆரம்பித்தார். ஏறும்போது ஹமாதூக்கிடம், “இவன் பெயர் ஆசாத். தளபதியின் அந்தரங்கத் தகவல் தொடர்பாளரான ஷெரோவின் மகன்” என்று சொன்னார். சோகத்தைச் சுமந்தபடியே அவரை வைத்தகண் வாங்காமல் பார்த்துக்கொண்டிருந்தேன். பாட்டிலைக் குடிக்க வேண்டும் என்று மிகவும் ஏக்கமாக இருந்தது. ஆனால், அம்மா கோபித்துக்கொள்வாரோ என்ற பயமும் இருந்தது. வெளி நபரிடமிருந்து எதைக் கொடுத்தாலும் வாங்கக் கூடாது. அது நமக்குப் பெருமை இல்லை என்று சொல்லியிருந்தார். எங்களை விட்டுப் புறப்படும்முன், பால்கனிமேல் இருந்தபடியே ரஜாப் என்னைப் பார்த்து, “அப்பாவை நான் விசாரித்ததாகச் சொல்” என்றார். “சரி” என்று தலையை ஆட்டிவிட்டு, பானத்தைச் சுவைத்துப் பார்க்க முடியாத ஏக்கத்துடன் வெளியே வந்தேன்.

என் மாமா மமூவின் அண்ணன் ழிப்ராய் எங்களைப் பார்க்க வந்திருந்தார். நாங்கள் அவரைப் பார்த்து நிறைய நாட்கள் ஆகியிருந்தன. காலைச் சிற்றுண்டி சாப்பிட்டபோது, மீண்டும் மமூவைப் பற்றிக் கண்களில் நீர் ததும்பப் பேசிக் கொண்டிருந்தோம். அப்பொழுது விமானங்கள் வரும் சத்தம் கேட்டது. தேநீர்க் கோப்பைகள் அதிரும்படி, விமானங்கள் மிகவும் தாழ்வாக எங்கள் தலைக்குமேல் பறந்தன. வீடு எங்கள்மேல்

---

* சமையல்கூடம்

இடிந்து விழுந்துவிடுமோ என்ற அச்சத்தில் அவசர அவசரமாக வெளியே ஓடிவந்துவிட்டோம். குண்டு எதுவும் விழவில்லை. இருந்தாலும் விமானங்கள் நெருக்கமாக வந்து, எழுப்பும் ஓசையே என்னைத் திகிலடையச் செய்ய போதுமானதாக இருந்தது. விமானங்கள் மறுபடியும் திரும்பி வந்தன. இந்த முறை இன்னும் பயமாக இருந்தது. நாங்கள் அனைவரும் தரையில் குப்புறப் படுத்துக்கொண்டோம். எங்கள் வீட்டில் இருந்த ஒரே சன்னலும் சுக்குநூறாக வெடித்துச் சிதறியது. குதிரை பயத்தில் நடுங்கிக் கனைத்தது. கௌதாரிகள் அச்சத்தில் கூண்டிலிருந்து வெளியே வர, கம்பிகளை அலகால் வளைக்க முயன்று தோல்வி யடைந்தன. அமைதி திரும்பியது. எங்களை அணைத்து விடை பெற்ற ழிப்ராய் தம் இரண்டு மனைவிகளும், பதின்மூன்று குழந்தைகளும் என்ன ஆனார்களோ என்ற கவலையில் சீக்கிரமாக ரெசானுக்குப் புறப்பட்டுச் சென்றார். அந்த நாளில் இருந்து, விமானங்கள் எங்கள் மேல் தாழ்வாகப் பறப்பது வழக்கமாகிப் போனது. அந்தச் சத்தத்தைவிட மிகவும் பயமுறுத்தும் விஷய மாக எனக்கு வேறு எதுவும் தெரியவில்லை. ஒரு நாள், எங்கள் கிராமத்தின் மீது குண்டு வீசித் தாக்குதல் நடத்தினார்கள். விமானங்கள் வந்த திசையை நோக்கி அப்பா அவருடைய புருனோவால் சுடுவதை மறைந்திருந்து பார்த்துக்கொண் டிருந்தேன். ஆனால், நாற்பதுகளில் தயாரிக்கப்பட்ட இந்தப் பழைய செக் நாட்டு ரக துப்பாக்கியை வைத்துக்கொண்டு அவரால் என்ன செய்துவிட முடியும்?

அன்றைய தினத்திலிருந்து, எங்கள் கிராமத்தில் இருக்கும் அனைவரும் காலை விடிந்தவுடனேயே, ஆற்றோரமுள்ள பதுங்கு குகைகளில் ஒளிந்துகொள்வோம். எங்களிடம் இருந்த சொற்ப அளவிலான உணவுப் பொருட்களையும் எடுத்துச் சென்று நாள் முழுவதும் எங்கள் குகைகளில் பதுங்கிக் கிடப்போம். அந்தி சாய்ந்த பிறகுதான், மீண்டும் மூன்று கிலோமீட்டர் வந்த வழியே நடந்துபோய் எங்கள் வீட்டை அடைவோம்.

வெகு விரைவாக எல்லாம் தீர்ந்துபோய், தேநீரில் தோய்த்த பிஸ்கட்கள் மட்டுமே கிடைத்தன. அதுவும் ஒரு நாளுக்கு ஒரு முறை மட்டுமே. எல்லா வேலைகளும் தடைபட்டுப் போயின. ரொட்டித்துண்டு ஏதாவது தரையில் விழுந்துவிட்டால்கூட அதை மதிக்கும் விதமாக, கையில் எடுத்து, முத்தமிட்டு என் நெற்றி அருகில் கொண்டுபோய் பிறகு சாப்பிடுவேன். ஏனெனில், ரொட்டி அத்தியாவசியமானது. எங்கள் வீட்டின் அருகே பாறைகள் நிறைந்த 'ஸாப்' நதி பெரும் வீரியத்துடன் ஓடிக் கொண்டிருந்தது. அங்கே மீன்களுக்குப் பஞ்சமில்லை. எங்கள் பதுங்கு குகை கொஞ்சம் தள்ளி இருந்தது.

அருகிலுள்ள குகையில் வசிக்கும் கிராம மக்கள் மீன் பிடிப்பது என் அப்பாவுக்குத் தெரியும். ஆனால் அவர் எதுவும் சொல்வதில்லை. எங்களுக்குத் தெரியும். ஆனால் நாங்கள் பேசாமல் இருந்தோம். எங்கள் அப்பாவைப் புண்படுத்த விரும்பவில்லை. ஏனெனில் அவருக்கு நீச்சல் தெரியாது. நீந்தத் தெரியாமல் எப்படி மீன் பிடிக்க முடியும்?

நாளுக்கு நாள் இப்படியான உணவுத் தட்டுப்பாட்டினால், எல்லோரும் மெலிய ஆரம்பித்தோம். குடும்பமே தன் கண்ணெதிரில் பசியால் மடிந்துகொண்டிருப்பதை அப்பாவால் சகித்துக்கொள்ள முடியவில்லை. நடப்பது நடக்கட்டுமென்று மீன் பிடிக்க அப்பா முடிவு செய்தார். தெளிந்த நீர் ஓடிக் கொண்டிருந்தது. ஆற்றில் உள்ள மீன்கள் உற்சாகமாகத் துள்ளி யெழுந்து எங்களை நோக்கி வந்தன. நாங்கள் அவற்றைக் கண்களாலேயே விழுங்கிக்கொண்டிருந்தோம். அப்பா தூண்டில் ஒன்றைச் செய்துவைத்திருந்தார். ஒரு கிளை, அதன் முனையில் நூல், தூண்டில் முள் போன்ற கூர்தீட்டப்பட்ட ஊசி, அதில் கவர்பொருளாக ரொட்டித்துண்டு என்று எல்லாம் தயாராக வைத்திருந்தார். பெரிய தட்டையான பாறைமேல் ஏறித் தூண்டிலைத் தண்ணீரில் வீசினார். இதற்கு முன் அப்பாவுக்கு மீன் பிடித்த அனுபவம் இல்லை. குடும்பத்தினர் அனைவரும் சுற்றி நின்று பார்த்துக்கொண்டிருந்தனர். பொழுது சாய்வதற்குள் ஒரு முழு ரொட்டித் துண்டும் ஆற்றில் கரைந்து மீன்களுக்கு உணவாகிப் போனது. "எல்லாம் அந்த விமானங்களால்தான். மீன்கள் வெளியே வரப் பயப்படுகின்றன." இது அப்பா கண்டு பிடித்த காரணம். ஆனால், எங்கள் அருகிலேயே மீன்கள் நீந்து வதைப் பார்த்தோம். முதல் நாள் போலவே இன்னொரு நாளும் கழிந்தது. விமானங்கள் எங்கள் பார்வையை விட்டு மறைந்த உடனே பதுங்கு குகைகளைவிட்டு வெளியேறுவோம். அப்பா நின்றிருந்த பாறைக்கு வந்து அவரை உற்சாகப்படுத்துவோம். பிற பதுங்கு குகைகளில் அடுப்பு புகைவதைப் பார்க்க முடிந்தது. மீன் பொரிக்கும் வாசனை எங்களைப் பெரிதும் வாட்டியது.

அப்பாவுக்கு மிகவும் அவமானமாக இருந்தது. வறண்ட ரொட்டியை நனைத்துத் துண்டுகளாக்கி அம்மா எங்களுக்குப் பரிமாறினார். வயிறு வலிப்பதாகக் கூறி, அப்பா அவருக்குக் கொடுத்த ரொட்டியை ஆறு துண்டுகளாக்கி எங்களுக்குத் தந்து விட்டு சிகரெட்டுடன் தேநீர் மட்டும் குடிக்கப் போவதாகச் சொன்னார். குடித்து முடிந்தவுடன் மீன் பிடிக்கப் போனார். அவர் போட்ட தூண்டில் அவர் கால்களுக்கு அருகிலேயே மிதந்தது. அம்மா, "இன்னும் கொஞ்சம் தூரமாக வீசலாமே" என்று அப்பாவிடம் சொன்னார். அதற்கு அவர், "நல்லது, ஆனால் தூண்டில்முள் பாறையில் சிக்கிவிட்டால், யார் போய் அதை

மீட்டுவருவது?" என்று கேட்டார். நிமிர்ந்து நின்று, "நான்" என்று சொன்னேன். அப்பா என்னை ஆச்சரியத்துடன் பார்த்தார். என் நண்பன் ரெஸ்கருடன் சேர்ந்து நான் நீச்சலடிக்கக் கற்றுக் கொண்டேன் என்பது அவருக்குத் தெரியாது. என் நீச்சல் திறனைப் பரிசோதிக்க விரும்பினார். கரையோரமாகக் கொஞ்சம் நீந்திக் காட்டச் சொன்னார். உடைகளைக் களைந்துவிட்டு, ஆற்றில் குதித்தேன். "திரும்பி வா" என்று அப்பா கத்தினார். நீந்துவது ஆபத்தானது என்று தெரிந்திருந்தாலும் என்மேல் எனக்கு நம்பிக்கை இருந்தது.

எல்லோரும் அலறுவதைக் கேட்டேன். வானமே இடிந்து விழுவது போல் இருந்தது. விமானங்கள் ஆற்றின்மேல் கஸோலின் பெட்ரோல் நிறைந்த நாபாம் குண்டுகளைப் பொழிந்து கொண்டிருந்தன. குண்டுகள் விழுந்த இடத்திலிருந்து எழும்பிய ராட்சச அலையிலிருந்து துகள்கள் வான் நோக்கித் தெறித்தன. கரையை நோக்கித் தப்பியோடும் கைதியைப் போல வேகமாக நீந்தினேன். என் குடும்பத்தைச் சேர்ந்தவர்கள் எல்லோரும் பயந்த முகத்துடன் கரையில் காத்திருப்பதைப் பார்த்தேன். அப்பா அவருடைய பெரிய பெல்ட்டைக் கழற்றி, ஒரு முனையை அம்மா கையில் கொடுத்தார். அடுத்த முனையை என் பக்கம் வீசிவிட்டு ஆற்றில் குதித்தார். குண்டுகள் தொடர்ந்து பொழிந்த வண்ணம் இருந்தன. நான் அவருடைய உதவி இல்லாமலேயே ஆற்றிலிருந்து வெளியே வந்துவிட்டேன். பெல்ட்டில் பிணைக்கப் பட்ட என் அம்மா இப்பொழுது அப்பாவைக் கரைக்கு இழுக்க முயன்றுகொண்டு இருந்தார். ஆனால், சுழலின் ஆற்றல் அதிகமாக இருந்ததால் முடியவில்லை. நாங்கள் எல்லோருமாகச் சேர்ந்து அம்மாவுக்கு உதவி செய்தோம். எங்கள் அப்பாவைச் செத்துப் போன மீனை இழுப்பதுபோல எல்லோரும் சேர்ந்து இழுத்தோம். தண்ணீர் சொட்டச் சொட்ட அப்பா கரையில் நிற்பதைப் பார்த்தோம். கண்ணீரோடு வாய்விட்டுச் சிரித்தோம். பிறகு எல்லோரும் எங்கள் பதுங்குமிடத்துக்குள் சென்றுவிட்டோம்.

ஆற்றின் சத்தம் மட்டுமே கேட்க முடிந்ததால், அப்பா வெளியே போய் வானத்தைப் பார்த்துவிட்டு, அப்படியே ஈரம் காய வெயிலில் நின்றார். கொஞ்ச நேரத்துக்கெல்லாம் உடையில்லாமல் திரும்பி வந்தார். கை நிறைய மீன்களைக் கொண்டு வந்து தரையில் கொட்டினார். நாங்கள் எல்லோரும் அவற்றின் மீது ஆர்வத்தோடு பாய்ந்தோம். மீன்களைத் துண்டு போட்டோம். கொஞ்சம் தவறியிருந்தாலும் இந்த மீன்களின் கதிதான் நமக்கும் என்பதை நினைத்துப் பார்த்தோம். அம்மாவிடம், "இதை சமைத்துவை ஹேபேத்" என்று சொல்லிவிட்டு அப்பா வெளியே போனார். பதுங்குகுகை நுழைவாயிலின் வெளிச்சத்தில் அவர் உருவம் நிழலாடியது. அப்பாவை உடையில்லாமல்

அப்பொழுதுதான் முதன்முதலாகப் பார்த்தேன். மீன்களைச் சமைக்க ஆரம்பித்தோம். நாங்கள் சாப்பிட வேண்டும் என்றால் நாள்தோறும் விமானங்கள் வர வேண்டும் என்று நினைத்தோம்.

வெகு நாட்களாக அப்பா திரும்பத் திரும்பச் சொல்லும் வாசகம், "இன்னும் ஒரு வருடத்தில் நம் நாடு விடுதலை அடைந்து விடும்" என்பதுதான். வருடங்கள் பறந்துகொண்டே இருக்கின்றன. இப்பொழுது நாங்கள் அதை நம்ப ஆரம்பித்துவிட்டோம். பாக்தாத்தைச் சேர்ந்த இரண்டு புட்சிஸ்ட்களான அல்பக்கீர், சதாம் அமைதியைப் பற்றி பேசி வந்தார்கள். விமானங்களும் இப்பொழுதெல்லாம் வருவதில்லை. மறைவிடத்தில் இருந்து அண்ணன் திலோவான் திரும்பிவிட்டான். பரகத் என்பவரின் மகளான திஜ்லாவை அவனுக்குத் திருமணம் செய்ய அம்மா பார்த்து வைத்திருந்தார். அண்ணன் திஜலாவைப் பார்த்ததே இல்லை. இந்தத் திருமணத்தைப் பரகத் ஒரு நிபந்தனையுடன் ஏற்றுக்கொண்டார். அவருடைய மகன் கோரானுக்கு என் அக்கா தமனைக் கொடுக்க வேண்டும் என்பதுதான் அது. அக்காவும் கோரானைப் பார்த்தது கிடையாது. அதனால் என்ன? என் அம்மா இந்த நான்கு பேரையும் பார்த்திருக்கிறார். திருமணங்கள் நடந்து முடிந்தன.

எங்கள் பெற்றோர் தங்களுடைய புது மருமகளைக் குறித்துப் பெருமையடைந்தனர். அவருக்கு ஒரு மாமா இருந்தார். 1946ஆம் ஆண்டு ரஷ்யாவுக்குத் தளபதி பர்ஸானி சென்றபோது உடன் சென்றவர். அதற்கு என்ன? அது போதும் அவர்களுக்கு! புதுப்பெண்ணுக்கு எங்கள் பெற்றோர் தங்கக் கம்மல்களை அன்பளிப்பாகத் தந்தார்கள். என் அம்மா ஒரு சிறிய பேழை வைத்திருந்தார். அதில்தான் எங்கள் நகைகள் எல்லாவற்றையும் பத்திரமாகப் பாதுகாத்துவந்தார். மோதிரங்கள், சங்கிலிகள், தங்க வளையல்கள் இவற்றோடு எங்கள் ஆக்ரே நகரத்தில் வாங்கிய சோப்பு ஒன்றும் இருந்தது. அஸ்ஃபானிக் என்ற பெயர் கொண்ட உயர் ரக சோப் அது. எங்கள் புது அண்ணி திஜ்லாவுக்கு அஸ்ஃபானிக் என்பதை உச்சரிக்க முடியவில்லை. அஃப்ஸானிக் என்று சொல்வார். அவர் எங்களுக்குத் தொந்தரவு தரும்போதெல்லாம் நானும் என் தங்கையும் அவரைக் கேலி செய்வதற்காக வேண்டுமென்றே, "அந்த சோப் பேர் என்ன?" என்று கேட்போம். அவரும் தவறாகச் சொல்வார். நாங்கள் அந்தக் கிராமத்துப் பெண்ணைக் கேலிசெய்வோம். எனினும், திஜ்லாவுக்கு நல்ல ஆளுமை இருந்தது. எழுதப்படிக்கத் தெரியா விட்டாலும் புத்திக்கூர்மையுடன் இருந்தார். அண்ணிக்கு எழுதப்படிக்கத் தெரியாத குறை என் அண்ணனை மிகவும் சங்கடத்துக்குள்ளாக்கியது. திருமணத்துக்கு மறுநாள் அண்ணன்

பேப்பரும் பென்சிலும் வாங்கிக்கொண்டு வீட்டுக்கு வந்தார். வீட்டில் உள்ள ஒரே அறைக்குள் மனைவியைத் தனியே அழைத்துக்கொண்டு போய் எழுத்துக்களைக் கற்றுத்தந்தார். எழுத்தோ வேறு எதுவோ, நாங்கள் எல்லோரும் வெளியே நின்றிருந்தோம். இளம் ஜோடியைத் தொந்தரவு செய்யக் கூடாது. மலைப்பகுதிக்கு அண்ணன் மீண்டும் திரும்பும்முன் நிறைய வீட்டுப் பாடங்களைக் கொடுத்துவிட்டுப் போனார். இப்படித்தான் என் அண்ணி படிக்கக் கற்றுக்கொண்டார். சிறுபிள்ளைகளான நாங்கள் திஜ்லாவுக்குப் பதிலாக அங்கு சென்ற எங்கள் அக்கா தமனைப் பற்றி நினைத்துக்கொண்டிருந்தோம். அவருக்கு எழுதப் படிக்கத் தெரியும்.

திருமணத்துக்குப் பிறகு, அண்ணன் அடிக்கடி வீட்டுக்கு வந்துகொண்டிருந்தார். அவருடன் நாங்கள் கிராமத்துக்குப் போவோம். ஹமாதூக் நடத்திவந்த காசினோவில் குர்தியப் பாடல்களைக் கேசட்டில் கேட்டுக்கொண்டிருப்போம். அந்த இடம் எப்பொழுதுமே உயிரோட்டமாக இருக்கும். இப்பொழு தெல்லாம் எனக்கு வேறு பொருட்கள் நிறைந்த அந்த ஈரானிய பிஸ்கட்டுகளைப் பிடிப்பதில்லை. கருப்புத் திரவம் உள்ள அந்தப் பாட்டிலை வாங்கிக் கொடுக்கும்படி கேட்கலாம் என்று முடிவு செய்துவைத்திருந்தேன். ஹமாதூக் என்னைப் பார்த்து, 'என்ன வேண்டும்?' என்று கேட்டபோது, எவ்விதத் தயக்கமும் இல்லாமல், 'கோகோகோலா' என்று பதில் சொன்னேன். என் தம்பி ரோஸ்தாமும் என்னைப்போலவே கேட்டான். வலிமை யும் துணிவும் கொண்ட ரஜாப் அங்கு இருந்தார். அண்ணன் திலோவானுடன் அவர் பேசிக்கொண்டிருந்தார். இந்தத் தருணத்தைப் பயன்படுத்திக்கொண்டு, ரோஸ்தாமும் நானும் இரண்டு ஆரஞ்சு ஜூஸ் கொண்டு வரும்படி கேட்டோம். திடீரென்று, ஹமாதூக் பாட்டை நிறுத்திவிட்டு, செய்தியைக் கேட்கத் தொடங்கினார். வானொலியைச் சுற்றி எல்லோரும் உட்கார்ந்துகொண்டார்கள். தளபதி பர்ஸானியை பாக்தாத்துக்கு அழைத்திருப்பதாக அறிவிப்பு வெளியானது. நானும் என் தம்பியும் எங்கள் பாட்டில்களைக் காலிசெய்து வாயை நன்றாகத் திறந்து பெரிய ஏப்பம் விட்டோம். எங்களைச் சுற்றிலும் சுவாரஸ்யமான உரையாடல்கள் நடந்துகொண்டிருந்தன. ரஜாப் உணர்ச்சிவசப்பட்டுப் பேசினார். தளபதி பாக்தாத்துக்குப் போகக் கூடாது என்றார். "அவர்கள் நேர்மையானவர்கள் என்பது உண்மையானால், புட்சிஸ்டுகள் எங்களிடம் வரட்டும். தளபதி ஏன் அவர்களை நம்ப வேண்டும்?" என்று கோபப் பட்டார். ஒருவருக்கு ஒருவர் பந்தயம் கட்டிக்கொண்டார்கள். பாக்தாத்துக்கு அவர் போவாரா மாட்டாரா? பந்தயப் பொருளாக கோகோகோலா, ஆரஞ்சு ஜூஸ் ஆகியவை வைக்கப்பட்டன. சிலர் தங்கள் குதிரையையும் வேறு சிலர் கௌதாரிகளையும்

பந்தயமாக வைத்தனர். தளபதி போகமாட்டார் என்று ரஜாப் தன் புருனோவையே பந்தயம் வைக்கவும் தயங்கவில்லை. அவர் ஜெயித்தும்விட்டார். சதாம்தான் கடைசியில் மலைகளை நாடி வந்தார். குர்திஸ்தானின் விடுதலையைத் தவிர அனைத்துக்கும் அவர் ஒப்புதல் தெரிவித்தார். குர்தியர்களும் அரேபியர்களும் எல்லாவற்றையும் சகோதரர்களாகப் பிரித்துக்கொள்ள வேண்டும் என்று முடிவானது.

அந்த நொடியிலிருந்து, எல்லோருடைய முகத்திலும் சிரிப்பைக் காண முடிந்தது. எல்லோரும் விடுதலை என்ற எல்லையற்ற மகிழ்ச்சியில் திளைத்திருந்தோம். எனக்கு முழு நம்பிக்கை இருந்தது. கோகோகோலாவின் விலை குறைந்துவிட்டது. ஒரு பாட்டில் தொகைக்கு, இனிமேல் இரண்டரை பாட்டில் கோகோகோலா வாங்க முடியும். அப்பா அவருடைய பழைய புருனோவை எடுத்து வானத்தை நோக்கிச் சுட்டார். பிலே நகரின் தெருக்களில், மத்தளமும் குழலும் ஒலிக்க நடனமாடிக்கொண்டிருந்தார்கள். பெரிய உருவங்கொண்ட ரஷ்யப் பெண்மணிகளின் நடுவில் குள்ளமாகத் தெரிந்த என் அம்மாவும் மகிழ்ச்சியில் கைகளை உயர்த்தி ஆடிக்கொண்டிருந்தார். ஒருவழியாக நாங்கள் சுதந்திர மக்களாகிவிட்டோம்.

எங்கள் இரண்டு குதிரைகளையும் அப்பா விற்றுவிட்டார். உடைமைகள் அனைத்தையும் மூட்டைகளாகக் கட்டிக் கொண்டோம். எங்களை அழைத்துச் செல்ல பழைய ஜீப் ஒன்று வந்தது. ரெஸ்கரையும் உயரமான ரஷ்யப் பெண்மணியான அவனுடைய அம்மாவையும், ஊரிலுள்ள எல்லோரையும் கட்டி அணைத்து விடைபெற்றேன். அப்பொழுது ஒரு காகிதச் சுருளுடன் என் ஆசிரியர் அப்துல் ரஹ்மான் வருவதைப் பார்த்தேன். எங்களை அணைத்து விடைகொடுத்த அவர் அந்தச் சுருளை என்னிடம் தந்தார். அது என் பள்ளிச் சான்றிதழ். அந்தச் சின்ன ஜீப்பில் குடும்பம் முழுவதும் ஏறிக்கொண்டோம். சிறுவர்களான நாங்கள் பின்புறம் உள்ள இருக்கைகளில் தொற்றிக் கொண்டோம். கௌதாரிகளைக் கூண்டோடு என்னிடம் அப்பா ஒப்படைத்துப் பார்த்துக்கொள்ளும்படி சொன்னார். "எதுவும் நடக்கலாம்" என்று முணுமுணுத்துக்கொண்டே, அவருடைய பழைய புருனோவை எடுத்து மெத்தைக்குக் கீழே சொருகினார். அம்மாவுடன் ஜீப்பின் முன்பக்கம் ஏறிக்கொண்டார். ஆக்ரே நகரில் இருக்கும் எங்கள் வீட்டை நோக்கிப் புறப்பட்டோம். எல்லோரும் கைகளை அசைத்து கத்ராவா, கத்ராவா* என்று சொல்லிக்கொண்டே இருந்தோம். என் அக்கா தமனை விட்டுச் செல்கிறோம். திஜ்லாவை எங்களுடன் அழைத்துச் செல்கிறோம்.

* போய் வருகிறோம்

ஆக்ரே வந்தடைந்த ஜீப், எங்கள் வீட்டிலிருந்து நூறடி தூரத்தில் நின்றது. முதலில் இறங்கிய அம்மா வீட்டை நோக்கி, பைத்தியம் பிடித்தவர்போல அவசரமாக ஓடினார். எங்கள் உறவினர்கள், நண்பர்கள் எல்லோரும் அவர்கள் வீட்டை விட்டு வெளியே வந்து எங்களை வரவேற்றார்கள். ஆனால் யாராலும் எங்கள் ஓட்டத்தைக் கட்டுப்படுத்த முடியவில்லை. அப்பகுதியில் உள்ள எல்லோருமே எங்களுடன் ஓடிவந்து எங்களைக் கட்டி அணைத்து வரவேற்றார்கள். எங்கள் வீட்டின் முன் வந்ததும் திடீரென்று, அம்மா ஸ்தம்பித்துப்போய் நின்றுவிட்டார். கருகிய சுவர்களின் இடிந்தபாகங்கள் மட்டுமே மீதி இருந்தன. இடிபாடுகளைத் தாண்டி கண்ணீருடன் உள்ளே சென்றார். பிரியமானவரின் பிரேதத்தை வருடுவதைப்போலத் தன் கைகளால் சுவர்களைத் தடவிப் பார்த்தார்.

அம்மா அழுதுகொண்டிருந்தார். அவருடன் சேர்ந்து நாங்களும் அண்டை வீட்டாரும் அழுதோம். எங்கள் வீட்டில் மீதம் என்ன இருக்கிறது என்று அணு அணுவாகச் சுற்றிப் பார்த்தபின் அம்மா தோட்டத்துக்குப் போனார். காய்ந்துபோன மலர்க் காம்புகளுடைய செடிகள் புதர்களைப்போல மண்டி யிருந்தன. தோட்டத்தில் இருந்த மாதுளை, அத்தி, ஆலிவ், செர்ரி, ஆப்ரிகோட், திராட்சை ஆகியவற்றின் அடிப்பகுதி மட்டுமே மிஞ்சியிருந்தன. சிதைந்து போன ஒவ்வொரு மரத்துக்கு எதிரிலும் நின்று அம்மா அழுதார். எல்லோரும் அவருடன் சேர்ந்து அழுதோம். என்னால் தாங்க முடியவில்லை. பாழடைந்து போன எங்கள் வீட்டுக்குத் திரும்பிவிட்டேன். அங்கு என் அப்பாவைப் பார்த்தேன். கையில் சிகரெட்டுடன் தனியாக உட்கார்ந்திருந்தார். அவர் தேம்புவதைக் கேட்க முடிந்தது.

நாங்கள் எல்லோரும் மீண்டும் தோட்டத்துக்குள் போனோம். எங்கள் நாக்குகளின் கட்டு அவிழ்க்கப்பட்டுவிட்டது. எங்கள் தியாகம் வீண் போகவில்லை. நாங்கள் விடுதலை அடைந்து விட்டோம், எல்லோருடைய முகமும் தெளிவாக இருந்தது. அது சந்தோஷத்தின் வெளிப்பாடு. சாகசப் புறாக்களை வளர்க்கும் என் மாமா மகன் ஷெத்தோவைப் பார்த்த மாத்திரத்தில் இவர்களை விட்டுவிட்டு வெளியே வந்தேன். அவன் தள்ளி நின்று, எனக்காகக் காத்திருந்தான். நானும் சந்தோஷமாக அவனைப் பார்க்கப் போனேன். ஒருவரையொருவர் பார்த்துக்கொண்டு பக்கத்தில் நின்று உயரத்தை ஒப்பிட்டுப் பார்த்தோம். என்னைவிட கொஞ்சம் வளர்ந்திருந்தான். புறாக்களை மேலே ஏவுவதற்காக வெளியே போனோம்.

ஆக்ரே நகருக்கு நாங்கள் திரும்பிய பிறகு வந்த கோடைக் காலம், மண்மூட்டைகளைக் கொண்டு வருவதில் சந்தோஷமாகக் கழிந்தது. எங்கள் வீட்டை மீண்டும் கட்ட, அப்பாவுக்கு உதவித் தொகை கிடைத்தது. நகரின் சிறந்த கொத்தனாரான உஸ்தா முஸ்தோவை வரச்சொன்னார். பழைய வீட்டின் சிதைவுகளைப் பார்வையிட்ட பிறகு, முஸ்தோ ஒரு பிளான் வரைந்து கொடுத்தார். அதில் நான்கு அறைகள், ஒரு பெரிய கூடம். இடம் தாராளமாக இருந்தது. சிகரெட்டைப் புகைத்துக்கொண்டே கவனமாக அப்பா அந்தப் பிளானை அலசினார். தலையை ஆட்டினார். அவருக்குத் திருப்தி இல்லை. "இல்லை முஸ்தோ, சரியில்லை, இது மிகவும் பெரியதாக இருக்கிறது. அதிகமாகத் திறந்திருக்கிறது. நிறைய ஜன்னல்கள்!" என்றார். ஆச்சரியமடைந்த முஸ்தோ தமது பிளானுக்காக வாதாடினார். நீண்ட விவாதத்துக்குப் பிறகு, ஒரு புது பிளானைக் காட்டினார். அதில் எங்கள் தோட்டத்தைப் பார்த்தபடி அமைந்த பெரிய கதவுகளுடன் அழகான ஒரு வீட்டை வடிவமைத்திருந்தார். அதிலும் என் அப்பாவுக்குத் திருப்தியில்லை. இறுதியில், முஸ்தோ அவருடைய திட்டத்தைக் கைவிட்டு விட்டு, "சரி, நீயே உன்னுடைய பிளானைத் தயாரி. அதை நான் கட்டித் தருகிறேன்" என்று சொல்லி விட்டு ஏமாற்றத்துடன் போய்விட்டார். என் அப்பா என்ன விரும்புகிறார் என்பதை முஸ்தோவால் புரிந்துகொள்ள முடியவில்லை.

அப்பாவுக்குப் போர் பற்றி மட்டுமே தெரியும். பாதுகாப்புப் பிரச்சனைகளைப் பற்றியே சதா கவலைப்பட்டுக் கொண்டிருந்தார். இரவு முழுவதும் அவர் கட்டப்போகும் வீட்டின் பிளான் பற்றிய சிந்தனையில் மூழ்கியிருந்தார். காலையில்

முஸ்தோவை அழைத்துவர என்னை அனுப்பினார். அப்பா, மணலில் ஒரு குச்சியால் போட்டுக் காட்டிய பிளானைப் பற்றி முஸ்தோ எதுவும் சொல்லவில்லை. அந்தப் பிளானில் தரைத்தளத்தில் இரண்டு அறைகள், மாடியில் இரண்டு அறைகள், எல்லா சன்னல்களும் தோட்டத்தைப் பார்த்தபடியும் நகரின் பக்கம் முதுகு காட்டியபடியும் அமைக்கப்பட்டு இருந்தன. பாவம் முஸ்தோ! அப்பா சொன்ன காரணங்கள் முழுவதையும் அரைமனதுடனே கேட்டுக்கொண்டார். சலிக்காமல் என் அப்பா சொல்லிக்கொண்டே போனார். "கல்லும் சிமெண்டும் கொண்டு கட்டப்படும் ஒரு மீட்டர் மொத்தங்கொண்ட சுவர் நீ காட்டும் பேப்பர்களைவிட உறுதியாக இருக்கும்" என்று தரையில் உள்ள பிளானைக் குச்சியில் சுட்டி விளக்கினார். "உன் பிளானில் நிறைய திறப்புகள் இருக்கின்றன. ஜன்னல்களை எல்லாம் குறைத்துவிட வேண்டும். எந்தப் பக்கத்தில் இருந்து சுட்டாலும் நம் மீது குண்டுகள் பாயாமல் பாதுகாப்பாக இருக்க வேண்டும். இதையெல்லாம் நீ போட்ட பிளானில் கவனிக்காமல் விட்டுவிட்டாய். அப்புறம், சுவர்களைப் பற்றி. ஏவுகணைகளைத் தாங்கக்கூடிய சுவர்கள்தான் எனக்கு வேண்டும்" என்றும் சொன்னார். பொறுமையை இழந்த முஸ்தோ, அப்பா வைத்திருந்த குச்சியை வாங்கிக்கொண்டு, "நீ வீடு கட்டப் போகிறாயா அல்லது கோட்டை கட்டப் போகிறாயா?" என்று கேட்டார். "கோட்டை வீடு முஸ்தோ, கோட்டை வீடு" என்று அப்பா பதில் சொன்னார். பிறகு, குழந்தைக்கு விளக்குவது போல் அப்பாவிடம் முஸ்தோ பேசிப் பார்த்தார்: "இங்கே பார் ஷெரோ. போர் முடிந்துவிட்டது. நாம் இப்பொழுது விடுதலை யாகி அமைதியாக வாழ்ந்துகொண்டிருக்கிறோம். ஏன் நீ இன்னும் போரைப் பற்றியே நினைத்துக்கொண்டிருக்கிறாய்?" எல்லோரையும் வரவேற்று உபசரிக்க ஏதுவாகக் காற்றோட்ட மான பெரிய வீடுகளைக் கட்ட வேண்டிய நேரம் இது" என்று கூறினார் அப்பா. தலைப்பாகைக்குக் கீழ் இருக்கும் வழுக்கைத் தலையைச் சொறிந்தபடியே, "உண்மைதான் முஸ்தோ, ஆனால் மணப்பவனுக்குப் பெண்ணைப் பிடிக்க வேண்டும் என்று சொல்வார்கள் இல்லையா? நீயும் எனக்குப் பிடித்தமான வீட்டைக் கட்டித்தர வேண்டும்" என்று அப்பா முடிவாகச் சொல்லிவிட்டார். கிடைத்த வாய்ப்பை வீணாக்க முஸ்தோ விரும்பவில்லை.

கட்டட அடிக்கல் நாட்டியபோதே நிறைய மணலைக் கொண்டுவந்து சேர்த்துவிட்டேன்.

வீடு கட்டி முடிந்ததும், பிரதான அறையில் தளபதி பர்ஸானியின் பெரிய படத்தை என் அப்பா மாட்டி வைத்தார். வீட்டுக்கு வெளியில் தோட்டம் துளிர்விட ஆரம்பித்தது. பட்டுப்

போன மரங்கள் பிடுங்கப்பட்டன. புது மலர்கள் மீண்டும் பூக்கத் தொடங்கின.

நான் பள்ளியில் ஒன்பதாம் வகுப்புப் படித்துக்கொண்டிருந் தேன். ஷெத்தோ என்னைவிட மூன்று வயது பெரியவன். ரமோ ஒரு வயது இளையவன். நாங்கள் மூன்று பேருமே ஒரே பள்ளியில்தான் படித்து வந்தோம். பள்ளிக் கட்டடத்தின் முகப்பில் ஒரு பெரிய பதாகை தொங்கிக்கொண்டிருந்தது. அதில் "அரேபிய – குர்திய ஒற்றுமை ஓங்குக" என்ற வாசகம் இருந்தது.

நான் ஒரு நல்ல மாணவனாக இருந்தேன். பள்ளியை எனக்கு மிகவும் பிடிக்கும். நான் ஒரு வழக்கறிஞராகவோ நீதிபதியாகவோ வர வேண்டும் என்பதுதான் அப்பாவின் விருப்பம். இதை என்னிடம் அப்பா தவறாமல் சொல்லி வந்தார். ஆசிரியர் அரேபிய மொழியில் பாடம் எடுத்ததால் நான் உடைந்துபோனேன். முதல் நாள், ஒரு வார்த்தைகூட எனக்குப் புரியவில்லை. என் உற்சாகம் காணாமல் போனது. கண்களில் நீர் ததும்பியது. என் தோழர்களுடன் ஒப்பிடுகையில் நான் ஒரு கையாலாகாத கழுதையாகவே தெரிந்தேன். ஷெத்தோவும் ரமோவும் பள்ளிக்கு வெளியே எனக்காகக் காத்திருந்தார்கள். அங்கே நிற்காமல் அவர்களிடம் எதுவும் பேசாமல் நேராக வீட்டுக்கு வந்தேன். நான் அழுவதைப் பார்த்த அம்மாவுக்குக் காரணம் புரியவில்லை. தேம்பியழுத நான், "ஆசிரியர் சொல்வது எதுவும் எனக்குப் புரியவில்லை. அவர் அரபு மொழியில் மட்டுமே பேசுகிறார்" என்ற என் சோகத்தை அம்மாவிடம் புலம்பினேன்.

அம்மா என் தலையை வாஞ்சையாகத் தடவி, சிரித்துக் கொண்டே, "அரபு மொழியில்தானே பாடம்! அது ஒன்றும் பெரிய பிரச்சனையில்லை. ஒரு மொழியைக் கற்றுக்கொள்வது எப்பொழுதும் நல்லதுதான்" என்று ஆறுதல் சொன்னார். "ஆனால் ஒரு பாடம் மட்டும் இல்லையே. எல்லாமே அரபு மொழியில்தானே இருக்கிறது." நான் படபடத்தேன். இந்த நேரத்தில் என் அப்பா வந்துவிட்டார். "தம்பி கவலைப்படாதே. இந்த வருடம் முடிவதற்குள் குர்திய மொழிக் கல்வி வந்துவிடும். அரசாங்கம் நமக்கு உறுதி அளித்திருக்கிறார்கள். நீதான் வகுப்பில் முதல் மாணவனாக வரப் போகிறாய்" என்று என்னைத் தேற்றினார்.

ஆசிரியர் என்னிடம் கேள்விகள் எதுவும் கேட்பதில்லை. தண்டனையும் கொடுப்பதில்லை. நான் நாள்தோறும் ஒரே பிரார்த்தனையைச் செய்து வந்தேன்: அந்தப் பிரார்த்தனை, 'வகுப்புகள் குர்திய மொழியில் தொடங்க வேண்டும்' என்பது

தான். ஆனால் அது நிறைவேறவில்லை. அரபு மொழியைக் கற்றுக் கொள்ள வேண்டிய கட்டாயத்துக்கு உள்ளானேன். வருடக் கடைசி வந்தது. தேர்வு நேரம். இன்னும் எந்த மாற்றமும் ஏற்பட வில்லை. எல்லாம் அரபு மொழியிலேயே தொடர்ந்து நடந்து கொண்டிருந்தது. தேர்வு முடிவுகளுக்காகக் காத்திருந்தேன். என் ஆசிரியர் வேண்டா வெறுப்பாகவாவது என்னை மேல் வகுப்புக்குத் தூக்கிப் போட்டுவிடுவார் என்று எதிர்பார்த்தேன். அந்த நாளும் வந்தது. மாணவர்கள் அனைவரும் வகுப்பறையில் வரிசையாக நின்றிருந்தார்கள். பள்ளி முதல்வர் மதிப்பெண் பட்டியல்களை வைத்துக் கொண்டு, ஒவ்வொருவராக அழைத்தார். வகுப்புப் பொறுப்பாளரிடம் முதலில் செல்லும்படி எங்கள் ஆசிரியரிடமிருந்து சமிக்ஞை வந்தால் நாங்கள் தேர்ச்சி பெற்றுவிட்டோம் என்று அர்த்தம். இதை நாங்கள் தெரிந்து வைத்திருந்தோம். அதாவது, வழக்கப்படி, கடந்த ஆண்டில் அந்தப் பொறுப்பாளர் செய்த உதவிக்கு நன்றி செலுத்தும் விதமாக, அவரிடம் ஒரு நாணயத்தைத் தந்துவிட்டுப் பிறகு வந்து மதிப்பெண் பட்டியலை வாங்க வேண்டும். அப்படி வாங்கும் போது நாங்கள் கைதட்ட வேண்டும். என் அப்பாவும் வகுப்புப் பொறுப்பாளாரிடம் தருவதற்கு ஒரு திர்ராம் நாணயத்தைக் கொடுத்திருந்தார். அதை நான் பயபக்தியுடன் வாங்கிச் சட்டைப் பையின் அடியில் பத்திரமாகப் போட்டுவைத்திருந்தேன். என் முறைக்காகக் காத்திருக்கும்போது அதைத் தொட்டுப் பார்த்தேன். திடீரென்று என் பெயர் அழைக்கப்படுவதைக் கேட்டேன். என் தலைசுற்ற ஆரம்பித்தது. என்னைச் சுற்றி அடுத்து என்ன நடந்தது என்று நான் பார்க்கவில்லை. ஆசிரியரின் சமிக்ஞைக்காகக் காத்திருக்காமல் நேராகப் பொறுப்பாளரிடம் போய் அவர் வைத்திருந்த பெட்டியில் என் நாணயத்தைப் போட்டேன். ஒரு பெரிய நிசப்தம். பள்ளி முதல்வர் பொறுப்பாளரைப் பார்த்து என்னிடம் திர்ராம் நாணயத்தைத் திருப்பிக் கொடுக்கும்படிச் சொன்னார்.

அப்பொழுதும், நடக்கக் கூடாதது நடந்துவிட்டது என்பதை நான் உணரவில்லை. என் ஆசிரியரின் உதடுகள், இவ்வளவு நேரமாக ஏக்கத்துடன் நான் கேட்கக் காத்திருக்கும் சொல்லான 'தேர்ச்சி' என்பதை உச்சரித்துவிடாதா என எதிர்பார்த்தேன். மாணவர்கள் எல்லோரும் என்னைப் பார்த்துக் கொண்டிருந்தார்கள். எதுவும் சொல்லாமல் மதிப்பெண் பட்டியலை என்னிடம் முதல்வர் கொடுத்துவிட்டார். கவிழ்ந்த முகத்துடன் அதை வாங்கிக்கொண்டேன். அவர் அடுத்த மாணவன் பெயரை அழைப்பது கேட்டது: "ஷெத்தோ ரமோ." அவனுக்கு எழுந்த கைத்தட்டலைக் கேட்டுக்கொண்டே அந்த இடத்தை விட்டு வெளியேறினேன்.

என் மதிப்பெண் பட்டியலைப் பார்த்தேன். சிவப்பு நிறத்தில் உள்ள மதிப்பெண்களைக் கண்டதும் நான் தோல்வி யடைந்துவிட்டேன் என்பது உறுதியானது. என் பெற்றோரின் கோபத்துக்கு ஆளாக நேரிடுமோ என்று அஞ்சி வீட்டுக்குப் போக வேண்டாம் என்று நினைத்தேன்.

என் அப்பா, என்னை அமைதியாக வரவேற்று, "தம்பி, என்னுடைய கனவெல்லாம் நீ வழக்கறிஞராகவோ, நீதிபதி யாகவோ வர வேண்டும் என்பது மட்டும்தான். உன் அண்ணன் திலோவான் மேற்படிப்புக்குப் போகவில்லை. போராளிகளுடன் சேர்ந்துவிட்டான். ரோஸ்தாம் பள்ளிப் படிப்பைக்கூட முடிக்க வில்லை. என் பிள்ளைகளில் யாராவது ஒருவனாவது என்னைத் தலை நிமிர்ந்து நடக்கும்படிச் செய்ய வேண்டும்" என்று சொன்னார். அவர் சோகமாகவும் ஏமாற்றத்துடனும் காணப் பட்டார். கொஞ்ச நேர அமைதிக்குப் பின் ஒரு அறைவிட்டார். அதன் பின் வெகு நாட்களுக்கு என்னிடம் அவர் பேசவில்லை. ரமோ என் வகுப்பை எட்டிப் பிடித்துவிட்டான். ஒரே ஆறுதல், நாங்கள் இருவரும் விடுமுறைக்குப் பின் பள்ளி திறக்கும்போது ஒரே வகுப்பில் இருப்போம். மேலும், நாங்கள் இருவரும் ஒரே பெஞ்சில் உட்கார எங்கள் ஆசிரியர் அனுமதி தருவார் என்றும் எதிர்பார்த்தேன்.

நகரமன்றத்திலிருந்து என் அப்பாவுக்கு அழைப்பு வந்தது. அரசுடன் தளபதி பர்ஸானி செய்துகொண்ட ஒப்பந்தத்தில் ஏதாவது வேலை கிடைக்கும் என்று நினைத்து அங்கே போனார். அங்கிருந்த அதிகாரியோ, இவருக்கு முன்கூட்டியே ஓய்வு அளிப்பதாகவும் ஓய்வூதியம் வழங்கப்படும் என்றும் தெரிவித்தார். அப்பாவுக்கு இந்த நடவடிக்கை ஒரு மோசமான அறிகுறியாகத் தோன்றியது.

இது இப்படி இருக்க, மலைப்பகுதியில் என் அண்ணன் திலோவான் மேற்கொண்ட ஆசிரியர் பயிற்சியை அரசு அங்கீகரித்துவிட்டது. தூரத்தில் உள்ள சிறு கிராமம் ஒன்றில் அவருக்கு வேலையும் கிடைத்தது. அவருடைய சம்பளத்தில் பெரும் பகுதியை மனைவியை வந்து பார்த்துவிட்டுப் போவதில் செலவிட்டார். அண்ணி எங்கள் வீட்டில் தன் பெண் குழந்தை யுடன் வசித்து வந்தார். அந்தக் குழந்தைக்கு ஸிலான் என்று பெயரிட்டிருந்தார்கள். 1930களில், குர்திய அரசியல் அகதிகளுக்குத் துருக்கியர்கள் மரண தண்டனை நிறைவேற்றிய பள்ளத்தாக்கின் பெயர் அது. நாட்டுக்கு அவர்கள் செய்த தியாகத்தைப் போற்றும் விதமாக இப்படிப் பெயர் வைத்திருந்தார்கள்.

'ஸேபத்' எனும் ரகசிய நாளேட்டுக்குச் சட்ட அங்கீகாரம் கிடைத்தது. இனி, நாங்கள் அதைப் பகிரங்கமாக வாங்கிப் படிக்க முடியும். ஒரு நாள், என் அப்பா அந்தச் செய்தித்தாளை யும் ஒரு பெரிய புத்தகத்தையும் கொண்டுவந்தார். அது, மலே ஸெஸிரியின் கவிதைகள். என்ன ஒரு அழகான புத்தகம்! கவிதைகள் ஒவ்வொன்றும் ஓவியங்களால் மெருகூட்டப் பட்டிருந்தன. அன்றிலிருந்து, இரவு நேரத்தில் ரேடியோ பாக்தாத், ரேடியோ இஸ்ரேல், ரேடியோ மாஸ்கோ, வாய்ஸ் ஆப் அமெரிக்கா என எல்லா வானொலிகளின் செய்தி அறிக்கை களையும் கேட்டு முடிந்ததும் அப்பா இந்தப் பெரிய புத்தகத்தை எடுத்துக்கொள்வார். அழகான குர்திய மொழியில் எழுதப் பட்டிருந்த கவிதைகளை எங்களுக்குப் படித்துக் காட்டுவார். அப்பா அவருடைய கற்பனைத் திறனைக் கூட்டி அந்தப் பாடல்களுக்கு விளக்கம் தருவார். ஆனால், என்னைப் பெரிதும் ஈர்த்தவை அந்தக் கவிதைகளுக்கு விளக்கமாக வரையப்பட்ட அற்புதமான ஓவியங்கள்தான். ஓவியங்களை நான் பார்ப்பது அதுதான் முதல் முறை. நான் இந்த மந்திரக்கலையை அறிந்து நெகிழ்ந்து போனேன். ஓவியங்களே இவ்வளவு அழகாக இருக்கின்றன என்றால் கவிதையும் அந்த அளவுக்கு அழகாக இருக்க வேண்டும் என நினைத்தேன்.

அந்த ஓவியத்திலிருந்த பெண்கள் மண்ணிலிருந்து தோன்றும் மலர்களைப் போல் அற்புதமாகக் காட்சியளித்தனர். அவர்கள் சொர்க்கத்தின் தேவதைகள்போல ரம்மியமாக இருந்தனர். எங்கள் மலைகள் மேலிருந்த வானத்தைப் போலவே, அங்கு குடியிருந்த ஓவியத்தின் வானமும் தெளிவாக இருந்தது. அந்த அழகிய பெண்கள் குர்திய முறைப்படி உடையணிந்து இருந்தார்கள். அவர்களைத் தொட்டுப் பார்க்கவும், அவர்களிடம் பேசவும் எனக்கு மிகவும் ஆவலாக இருந்தது. தளபதியின் படத்துக்குப் பக்கத்தில் அவர்களின் படங்களை மாட்டிவைக்க எனக்கு ஆசைதான். என்னைப் பொருத்தவரை, குர்தியர் என்றால், அது அந்தக் கவிதைகளும் நான் கற்ற பாடல்களும், பச்சை நிறத்திலோ மாதுளை நிறத்திலோ கத்தரிப்பூப்போட்ட பெரிய ஆடைகளை அணிந்திருக்கும் அந்தப் பெண்களும்தான்.

ஆரம்பத்தில், அக்கவிதைகள் இசை இல்லாத சிறிய பாடல்கள் என்று நினைத்திருந்தேன். கவிதையே, இத்தகைய அழகை உள்ளடக்கியதாக இருக்க முடியுமென்றால் சாதாரண பாடல் வரிகளாக இருக்க வாய்ப்பில்லை. அதையும் தாண்டி உயர்வானதாகத்தான் இருக்க வேண்டும் என்பதை அந்த ஓவியங்கள் மூலம் உணர்ந்துகொண்டேன். எல்லோரும் அறிய பகிரங்கமாக வெளியிடப்பட்ட இந்தப் புத்தகம், எங்களுக்கு

* போராட்டம்

அப்பாவின் துப்பாக்கி

மரியாதை கிடைக்கத் தொடங்கியிருக்கிறது என்பதை உணர்த்து வதாக நினைத்தேன்.

சிறிது நாட்களுக்குப் பிறகு, 'கம்யூனிஸ்ட்' என்று எல்லோ ராலும் அழைக்கப்படும் அப்துல்லாவின் முடி திருத்தும் கடைப் பக்கம் போக நேர்ந்தது. அப்போது ஒரு பெரிய ஓவியத்தைப் பார்த்துவிட்டு அதன் முன் நின்றேன். அந்த ஓவியம், என் அப்பா வைத்திருக்கும் கவிதைப் புத்தகத்தில் இருந்தது. 'இளம் குர்தியப் பெண்' என்று தலைப்பிட்ட அந்த ஓவியத்தில், 'சமி' என்று கையொப்பமிட்டிருந்தது. என் தம்பி ரமோ, வயிற்றுவலியால் அவதிப்பட்டு மசூதிக் கழிவறைக்கு ஓடினான். அவன் அதிகமாகச் சாப்பிட்ட மாதுளையையும், அத்தியையும் கழித்து விட்டு வரும்வரை முடிதிருத்துபவரின் கடைக்கு எதிரே நின்று, அந்த ஓவியத்தை வைத்த கண் வாங்காமல் பார்த்துக் கொண்டிருந்தேன்.

அந்த நாளிலிருந்து எனக்கு நேரம் கிடைத்த போதெல்லாம், அந்தக் கடைக்கு முன் போய் நிற்பது வழக்கம். ஒரு நாள், என் அண்ணன் திலோவானை அங்கே பார்த்தேன். அவரும் என்னைக் கூப்பிட்டார். அந்தக் கடைதான் ஊரில் உள்ள அறிவுஜீவிகள் கூடும் இடம். நேர்த்தியாக உடையணிந் திருந்த ஒரு வாலிபனுடன் என் அண்ணன் பேசிக் கொண்டிருந்தார். அவர் பெயர் சமி. அந்த ஓவியத்தைப் பற்றித் தான் அவர்கள் விவாதித்துக்கொண்டிருந்தார்கள். அண்ணன் என்னை அங்கிருந்த மெத்தை நாற்காலியில் உட்கார வைத்தார். முடிதிருத்துபவரிடம் எனக்கு முடி வெட்டும்படிச் சொன்னார். அவர்களுடைய விவாதம் தொடர்ந்தது.

சந்தேகமே இல்லை. அந்த ஓவியத்தை வரைந்த சமியின் அருகில் இருக்கிறேன். அவரைத் தொட்டுப் பார்க்கவோ கைகளை முத்தமிடவோ அவரிடம் பேசிவிடவோ ஏங்கினேன். அதே நேரம், நான் அங்கிருந்து ஓடிவிட வேண்டும் என்றும் நினைத்தேன். அப்துல்லா என்னை முன்பே நன்கு பயன்படுத்தப்பட்ட பெரிய துண்டால் போர்த்தி, நாற்காலியில் சாய்த்து வைத்திருந்தார்.

மணிக்கணக்கில் அந்த நாற்காலியில் காத்திருக்கத் தயாராக இருந்தேன். ஏனெனில் சமியைக் கண்ணாடியில் பார்த்துக்கொண்டிருக்க முடியும். ஒரே சுற்றில் அப்துல்லா எனக்கு முடிவெட்டி முடித்துவிட்டார். என் அண்ணன், சமியிடம் விடைபெற்றார். நாங்கள் வெளியே வந்துவிட்டோம்.

எனக்குத் திடீரென உடம்பு சரியில்லாமல் போனது. விடாமல் கடுமையான காய்ச்சல் அடித்தது. இருந்தாலும், அம்மா என்

கையைப் பிடித்து எங்கள் வீட்டைப் பார்த்தபடி இருந்த குன்றுக்கு என்னை அழைத்துச் சென்றார். அந்தக் குன்றின் உச்சிக்குக் கொஞ்சம் முன்பாக ஒரு குகை இருந்தது. அது ஒரு புனிதம் வாய்ந்த குகை. அதன் அருகே நாங்கள் நின்றோம்.

அதன் உள்ளே தெளிந்த குளிர்ச்சியான ஓடை ஒன்று இருந்தது. அதனைச் சுற்றி பச்சை, ரோஜா நிறத் துணி மாட்டி வைக்கப்பட்ட மரக்கட்டைகள் காணப்பட்டன. என் உடைகளை அம்மா கழற்றிவிட்டு ஒரு சின்ன பாத்திரத்தில் புனித நீர் எடுத்து என் மேல் தெளித்தார். இந்தக் குகை 'கினிஸ்ட்' என்று அழைக்கப்பட்டது. அது நீண்ட நெடுங்கால மாக யூதர்களின் வழிப்பாட்டுத்தலமாக விளங்கி வருகிறது. 1960க்கு முன் எங்கள் நகரில் யூதர் பகுதி ஒன்று இருந்தது. அதில், இரண்டு வழிபாட்டுத் தலங்கள், மூன்று தேவாலயங்கள், ஒரு மசூதி இருந்தன. பிறகு யூதர்கள் இஸ்ரேல் சென்றுவிடவே, மசூதிகள் பெருகிவிட்டன. பழங்கால முறைப்படி புனிதமான யூதர் என்பவர் குகைளில்தான் புதைக்கப்பட வேண்டும். யூதரோ, கிருத்துவரோ, இஸ்லாமியரோ, அதைப் பற்றி என் அம்மாவுக்குக் கவலையில்லை. புனிதர் புனிதர்தான்.

அந்தக் குகையை விட்டு வெளியே வந்தபோது சில ஈராக்கியப் படை வீரர்களைப் பார்த்தோம். அவர்கள் தற்காலிக இராணுவக் கூடாரங்களை அமைத்துக்கொண்டிருந்தார்கள். என் அம்மாவின் முகத்தில் பதற்றம் ஏற்படுவதைக் கவனித்தேன். ஆனால் அதை நான் பெரிதாக எடுத்துக்கொள்ளவில்லை. எனக்கு அப்பொழுதும் விவரம் புரியாத வயது.

ஒரு வருடம் கழிந்தது. நான் தேர்வுகளில் வெற்றி பெற்று விட்டேன். என் அப்பாவுக்கு முழு திருப்தி. புட்சிஸ்ட் சதாமின் மாஸ்கோ பயணம் குறித்து வானொலியில் சொல்வதை அப்பா உன்னிப்பாகக் கேட்டுக்கொண்டிருநதார். ரேடியோ மாஸ்கோ, குர்தியர்களைப் பற்றி எதுவும் குறிப்பிடாதது அப்பாவுக்குப் பெரும் ஏமாற்றத்தைத் தந்தது. நான் சமியின் ஓவியங்களைப் பார்ப்பதற்காக நகரத்துக்குப் போனேன். இப்பொழுதெல்லாம் பல கடைகளில் அந்த ஓவியங்களைப் பார்க்க முடிந்தது. இளம் குர்தியப் பெண்களின் படங்களை மட்டும் அவர் வரைவதில்லை. அவருடைய ஓவியமொன்றில் பனிமழை சூழ்ந்த மலை உச்சியில் நான்கு கௌதாரிகள் அமர்ந்திருந்தன. அது, நம் தாய்மண் நான்கு நாடுகளால் கூறுபோடப்பட்டிருப்பதைச் சித்தரிப்பதாக அமைந்திருந்தது. எனக்குப் பிடித்தமான ஓவியங் களில் ஒன்று பாரம்பரிய உடையில், நிமிர்ந்த தலையுடன்

மிடுக்காகக் காட்சியளித்த தளபதி பர்ஸானியின் ஓவியமாகும். அவரது பெல்ட்டில் கத்தி சொருகப்பட்டிருந்தது. இடது பக்கம் ஒரு கைத்துப்பாக்கி. தோள்பட்டையின் பின்புறம் அதன் முனை தெரியும்படி நீட்டிக்கொண்டிருந்தது. எவ்வளவு பெரிய மனிதர் அவர்! கொஞ்ச நாட்களாகவே ஒரு வதந்தி நிலவிக் கொண்டிருந்தது. தளபதி மலைகளில் இருந்து கீழே இறங்கி வருவதே இல்லை என்பதுதான் அது. புட்சிஸ்ட்களுடன் ஏற்படுத்திக்கொண்ட ஒப்பந்தம் மதிக்கப்படும் என்ற நம்பிக்கை அவருக்கு இல்லை. கொஞ்சம் கொஞ்சமாக எங்கள் நகரத்தில் மீண்டும் போலீசார் தோன்றுவதைப் பார்த்தோம். ஒப்பந்தத்தில் இந்த நடவடிக்கை பற்றி எதுவும் குறிப்பிடப்படவில்லை. எங்கள் வீட்டின் நேர் எதிரே, குகைக் குன்றின் மேலே, ஈராக்கியப் படை வீரர்களின் சிறு குடில்கள் இராணுவ முகாமாக மாற்றம் பெற்றன. என் அப்பா, தனது வீட்டை முடியுமென்றால் நகரின் பக்கமாக மாற்றிக்கொண்டிருப்பார் என்று எனக்குத் தெரியும்.

என் மாமா மகன் ஷெத்தோ பழங்களைக் கொண்டுபோய் படைவீரர்களிடம் விற்றுவருவான். நான் அவருடன் போவேன். ஒரு கப் பழம் பத்து சாந்தீமுக்கு விற்போம். இராணுவக் கூடாரத்தைத் தாண்டி நாங்கள் எப்பொழுதும் சென்றது இல்லை. ஆரம்பத்தில், படை வீரர்களுக்கு எங்கள் மேல் சந்தேகம் இருந்தது. அந்தப் பழங்களில் விஷம் கலக்கப்படவில்லை என்பதை உறுதி செய்துகொள்ள, அவர்களுக்கு எதிரில் எங்களைச் சாப்பிடச் சொல்வார்கள். ஒரு கப் பழத்தை விற்க ஒரு கப் பழத்தைச் சாப்பிட்டாக வேண்டும். இத்தகையப் பரிவர்த்தனை கடினமாக இருந்தது. கொஞ்சம் கொஞ்சமாக எங்கள் மேல் அவர்களுக்கு நம்பிக்கை ஏற்பட்டது. எனவே, படைவீரர்கள் தங்கள் குடும்பத்தினரைப் பார்த்து வர அனுமதி கிடைக்கும்போது, எங்களிடம் ஆப்ரிகாட், ஆப்பிள், திராட்சை, அத்தி எனப் பழங்களை முழு கூடையாகக் கேட்டு வாங்கிச் செல்வார்கள்.

இந்த விற்பனை எங்களுக்குத் திருப்தியாக இருந்தது. பணம் கிடைக்க ஆரம்பித்தது. நான் ஒரு சிறு சேமிப்பை உருவாக்கிவிட்டேன். எங்களைக் குறித்து அம்மா பெரிதும் பயப்பட்டார். காரணம் படைவீரர்களும், சுற்றியுள்ள முகாமும் தான். பழங்கள் மூலம் கிடைத்த பணத்துடன் சமியைப் பார்க்க அவர் புதியதாகத் திறந்திருந்த ஓவியப் பட்டறைக்குப் போனேன். அங்கு ஓவியச் சுருள்களை விற்று வந்தார். ஓவியம் வரைவதற்கான துணியை மரச்சட்டத்தின் மேல் எப்படிப் பொருத்துவது என்பதை எனக்குச் சொல்லிக்கொடுத்தார். வீடு

திரும்பியதும். ஒரு வெள்ளைத்துணியை எடுத்துக்கொண்டு, முதல் மாடிக்கு ஏறிப்போனேன். அதனுடன் மலேய் ஸெஸிரியின் கவிதைப் புத்தகத்தையும் கொண்டு சென்றேன். அந்தப் புத்தகத்தின் ஒவ்வொரு ஓவியத்தையும் பார்த்து மகிழ்ந்தேன். அணு அணுவாக மீண்டும் மீண்டும் பார்த்தேன். கவிதைகளை யும் வாசித்துப் பார்த்தேன். கவிதையின் எந்தச் சொற்கள் இந்த வண்ணங்களையும், இந்த உதட்டையும், இந்த நீண்ட புருவங்களைக் கொண்ட கருப்புக் கண்களையும் வரையத் தூண்டியிருக்கும்? எத்தகைய சொற்கள் இந்தக் கூந்தலையும், எங்கள் தோட்டத்தில் விளையும் மாதுளம்பழத்தைப் போல் உப்பியிருக்கும் இந்த வட்டமான மார்பகத்தையும் வரைய வைத்திருக்கும் என்று தேடிப் பார்த்தேன். ஆம்! சில பெண்கள் திறந்த மார்பகங்களுடனும் காட்சியளித்தனர். வெள்ளைத் துணியின் எதிரில் நீண்ட நேரம் எந்தவொரு தூரிகையையும் எடுக்க முடியாமலும் ஒரு முடிவுக்கும் வர முடியாமலும் அப்படியே நின்றிருந்தேன். திடீரென்று அண்ணன் ரோஸ்தாம் வருவது எனக்குக் கேட்டது. எனவே கீழே இறங்கித் தோட்டத்துக்கு வந்தேன்.

அண்ணனிடம் புதிய ஆயுதம் ஒன்று இருந்தது. அதை அப்பாவுடன் சேர்ந்து ஆவலுடன் பார்த்துக்கொண்டிருந்தார். அது ஒரு பிலிமோத் ரக துப்பாக்கி. அந்த ஆயுதம் அவருடைய முழங்கை அளவுதான் இருந்தது. அப்பாவின் புருனோவைப் போல் பெரிய துப்பாக்கி இல்லை. அப்பா, பிலிமோத்தை என் கையில் கொடுத்து, "ஜாக்கிரதை, இதில் குண்டு போடப் பட்டுள்ளது. ஒரு சின்ன அதிர்வு போதும் குண்டு பாய்ந்துவிடும்" என்று சொன்னார். ஒரு சில குண்டுகளையாவது சுட்டுப் பார்த்து விட வேண்டும் என்று பெரிதும் ஏங்கினேன். அப்பா என்னைப் பார்த்து, "நீ இன்னும் சின்னப் பையன் இல்லை; நீ பெரியவன். இதை எடுத்து உன் விருப்பப்படி எத்தனை குண்டுகள் வேண்டுமானாலும் சுடு" என்று மேலும் ஊக்கங்கொடுத்தார். ஆயுதத்தை வாங்கிக்கொண்டு, ஒரு அம்பைப் போலப் புறப்பட்டேன். தோட்டத்தைக் கடந்து குன்றுகள் இருக்கும் பகுதியை நோக்கி ஓடினேன். எனக்குப் பெருமையாக இருந்தது. என்னிடம் ஆயுதம் இருந்தது. நான் இனியும் சின்னப் பையன் இல்லை. அப்பா சொன்ன மாதிரி பெரியவனாக என்னை உணர்ந்தேன். ஏதாவது இலக்குக் கிடைக்காதா என்று என்னைச் சுற்றிலும் தேடிப் பார்த்தேன். பறக்கும் பறவைக் கூட்டம் ஒன்று தெரிந்தது. ஆனால், வானத்தில் மிகவும் உயரத்தில் அவை பறந்துகொண்டிருந்தன. ஏதாவது ஒரு முயலோ, பாம்போ கிடைக்காதா என்று தேடிப் பார்த்தேன். கிடைக்கவே இல்லை. இறுதியாக, வானத்தை நோக்கிக் கடவுள்

இருக்கும் திசையில் ஆயுதத்தைச் செலுத்தினேன். ஒரு ரவுண்டு சுட்டேன். ஏதோ பைத்தியம் போலவும் நல்ல போதையில் இருப்பவன் போலவும் உணர்ந்தேன். அந்த நேரத்தில் நான் ஒரு மனிதனைக்கூடச் சுட்டிருக்க முடியும். எனக்குப் பயமே இல்லை. மேலும் சில குண்டுகள் சுட்டேன். குன்றுகளில் நான் சுட்ட குண்டுகளின் எதிரொலி கேட்டது. வெடிமருந்தின் நெடி பரவசமாக இருந்தது. என்ன ஒரு வீச்சு! துப்பாக்கியில் இருந்த முப்பத்தியாறு குண்டுகளையும் காலி செய்த பின் பிலிமோத்தின் காலிக்குழலை உணர முடிந்தது. திருப்தியாக, என் வீட்டை நோக்கி நடக்க ஆரம்பித்தேன்.

அம்மா ஒரு சேவலை அடித்து, விருந்துக்கு ஏற்பாடு செய்திருந்தார். என் மாமா அவ்தால் கான் பெட்ரோல் கம்பனியில் வேலை செய்து வந்தார். கொஞ்ச நாட்களுக்கு முன்புதான் அவருக்கு முன்கூட்டியே ஓய்வு கொடுத்திருந்தார்கள். பெட்ரோல் போன்ற முக்கியமான துறைகளில், குர்தியர்கள் இருப்பதை அரசாங்கம் விரும்பவில்லை. எனவே என் மாமா ஊருக்குத் திரும்பிவிடுவது என்று முடிவெடுத்தார்.

எனக்கு மிகவும் மகிழ்ச்சியாக இருந்தது. எனக்கு புதுத் தோழர்கள் கிடைத்துவிட்டார்கள். என் மாமா மகன் சர்தார். குறிப்பாக அவனுடைய அக்கா ஷாலா. எங்கள் இருவருக்கும் ஒரே வயதுதான். மேலும் அவள் ரொம்ப அழகாக இருந்தாள்.

ஆனால் எல்லாவற்றையும்விட அழகு, என் மாமா வரும் போது அவருடன் கொண்டுவந்த தொலைக்காட்சிப் பெட்டிதான். ஆமாம் தொலைக்காட்சியேதான்!

மாலையில், நிகழ்ச்சிகள் ஆரம்பித்த உடனே நான் அவர்கள் வீட்டுக்கு ஓடிவிடுவேன். முதலில் தேசிய கீதம் ஒலிக்கும். அதைத் தொடர்ந்து அதிபர் அல்பக்கரும் துணை அதிபர் சதாம் உசேனும் நிகழ்த்தும் நீண்ட உரைகள் இடம்பெறும். பாத் இனத்தின் நிர்வாகிகளை அப்பொழுதுதான் முதன்முறையாக ஆவலுடன் பார்த்தேன். அல்பக்கர் வயதான மனிதர். அவர் பார்ப்பதற்கு, எங்கள் வீட்டின் அருகே வசிக்கும் ஐஸ் வியாபாரி பபீக்போல் இருந்தார். ஆனால் சதாம் இளமைத் துடிப்புடன் கருப்பு மீசையில் காட்சியளித்தார். அவர் அரிதாகவே சிரித்ததால் பார்க்கக் கறாரான நபராகவே தெரிந்தார். தேசிய கீதங்களையும் ஒன்றிணைந்த அரேபியத்தையும் பாத்இன தேசியத்தையும் போற்றும் உரைகளையும் தொலைக்காட்சியில் பார்த்து சலித்துப்போய் எனக்கு எரிச்சலாக இருந்தது. “அந்தரும் அப்லாவும்” என்ற எகிப்துத் தொடரை மட்டும்

பார்க்கப் போனேன். அந்தர் எனும் பணக்கார இளைஞன் அப்லா என்ற அடிமைப் பெண்ணைக் காதலிப்பதுதான் கதை. எங்கள் பகுதியிலுள்ள எல்லோரும் என் மாமா அவ்தால் கான் வீட்டுத் தொலைக்காட்சிப் பெட்டியைப் பற்றித்தான் பேசிக் கொண்டிருந்தனர். நாங்களும் ஒரு தொலைக்காட்சிப் பெட்டியை வாங்க விரும்பினோம். என் அம்மாவுக்கு மட்டும் அதில் உடன்பாடு இல்லை. அவரைப் பொருத்தவரை அது ஒரு சைத்தான்.

ஓய்வூதியமாக என் அப்பாவுக்குக் கிடைத்த சிறிய தொகையுடன் அவர் வைத்திருந்த சேமிப்புப் பணத்தில் கொஞ்சம் சேர்த்துத் தொலைக்காட்சிப் பெட்டி ஒன்று வாங்குவதென்று முடிவு செய்தார். நான் அவருடன் கடைக்குப் போனேன். அது கார் பாட்டரியில் இயங்கக்கூடிய ஒரு சிறிய தொலைக்காட்சிப் பெட்டி. கடை உரிமையாளர் அதை இயக்கிக் காண்பித்தார். சதாம் உசேனின் உருவம் தெளிவாக, அமைப்பாகத் தெரிந்தது. உடனடியாக அணைத்துவிட்டார். நீண்ட பேரத்துக்குப் பிறகு வியாபாரம் படிந்து, என் அப்பா எழுந்தார். தொலைக்காட்சியை வாங்கிவிட்ட பிறகு திரும்பப் பெற முடியாது என்று ஒப்புக்கொள்ளப்பட்டது. அப்பா திருப்தியடைந்தார். எனக்கு மிகவும் மகிழ்ச்சியாக இருந்தது. நாங்கள் வீடு திரும்பினோம். முதல் மாடியில் இருந்த அறையில் தொலைக்காட்சியைப் பொருத்தினோம். என் அப்பாவின் சந்தோஷத்துக்காக, எங்களுக்கு அம்மா அருமையான தேநீர் போட்டுத் தந்தார். குடும்பத்தினர் எல்லோரும் தொலைக்காட்சி யின் முன் உட்கார்ந்துகொண்டோம். அப்பா தொலைக்காட்சி யில் படம் தெளிவாகத் தெரியவைக்க டியூன் செய்து பார்த்தார். ஆனால் படம் கலங்கலாகவே இருந்தது. தேநீர் ஆறிக் கொண்டிருந்தது. எங்களுக்குப் பிடித்தமான 'அந்தரும் அப்லாவும்' தொடரைப் பார்ப்போம் என்ற நம்பிக்கையை இழக்க ஆரம்பித்தோம். என் அம்மா, அப்பாவைப் பார்த்து, "ஏன் நீ பாட்டரியில் ஓடும் டி.வியை வாங்கினாய்? நம்மிடம் தான் மின்சாரம் இருக்கிறதே?" என்று கேட்டார். அப்பா பதில் சொல்லவில்லை. எல்லாப் பக்கமும் ஆண்டனாவைத் திருப்பிப் பார்த்துவிட்டுப் பதற்றமடைய ஆரம்பித்தார். எங்கள் உற்சாகம் காணாமல் போனது. எங்கள் அப்பாவுக்குப் பதற்றத் துடன் கோபமும் அதிகரிப்பதைப் பார்த்தோம். இந்த நிலையில், அவர் எது வேண்டுமானாலும் செய்யக் கூடியவர் என்பது எங்களுக்குத் தெரியும்.

ஏமாற்றப்பட்டுவிட்டதை உணர்ந்த என் அப்பா விற்றவனைக் கண்டபடி திட்டித்தீர்த்தார். "என் கழுதை உன் மனைவியைப் புணர்ந்து போக" என்று கத்தினார். மிகவும்

சோர்ந்துபோய் தேநீரைக் குடிக்கலாம் என்று வந்தார். கொண்டு வந்து நீண்ட நேரம் ஆனதால் அது ஆறிப்போய் இருந்தது. அம்மாவிடம் கடிந்துகொண்ட அப்பா, பாதி அளவு இருந்த கிளாஸைச் சுவற்றின் மேல் வீசியடித்தார். நிலைமை மேலும் மோசமாகிவிடும் எனப் பயந்துபோய் நாங்கள் எல்லோரும் எழுந்துவிட்டோம். கீழே தரைத்தளத்துக்குப் படுக்கப் போய் விட்டோம். சைத்தானை அப்பா வீட்டுக்குள் கொண்டு வந்து விட்டார் என்று அம்மா முணுமுணுத்துக் கொண்டிருந்தார்.

கொஞ்சநேரம் கழித்து, எங்களை அப்பா கூப்பிட்டார். "படம் தெரிகிறது. நீங்கள் வரலாம்" என்றார். படுக்கையிலிருந்து வேகமாக எழுந்த நாங்கள் மாடிக்கு ஏறிப்போய் பார்த்தால், எல்லாம் நிழல் உருவங்களாகத் தெரிந்தது. அவை எங்கள் கண்களை வலிக்க வைத்தன. பிறகு, அந்த நிழல் பிம்பங்களும் மறைந்துபோயின. திரும்பி வந்து மீண்டும் தூங்கப் போனோம். என் அப்பா தொடர்ந்து தொலைக்காட்சிப் பெட்டியை விற்றவனையும் அவன் மனைவியையும் வசை பாடிக்கொண் டிருந்தார். அதிகாலை இரண்டு மணிவாக்கில் வெளியே புறப்பட உடை மாற்றிக்கொண்டிருந்தார். நாங்கள் எல்லோரும் விழித்துக் கொண்டோம். எங்கே அவருடைய புருனோவை எடுத்துச் செல்வாரோ என்று பயந்துகொண்டிருந்தோம். நல்லவேளையாக அதை எடுக்கவில்லை. தொலைக்காட்சிப் பெட்டியை மட்டும் எடுத்து இடுப்பில் வைத்துக்கொண்ட அப்பா, என்னையும் உடன் வரச் சொன்னார். விற்றவரின் வீட்டுக்குப் போய் அவரைப் படுக்கையில் இருந்து எழுந்து வெளியே வரச் செய்தோம். எங்களைப் பார்த்த மாத்திரத்திலேயே அவர் விஷயத்தைப் புரிந்துகொண்டார். "விடியும்வரை உங்களால் பொறுத்துக் கொள்ள முடியாதா?" என்று மட்டும் கேட்டார். அவரை மேலும் பேசவிடாமல், கறாரான தொனியில், "முடியாது" என்று உறுதியாக அப்பா பதில் சொன்னார். "இதோ உன்னுடைய டி.வி. என் பணத்தைத் திருப்பிக்கொடு" என்றார். என் அப்பா வின் கோபத்தைப் பார்த்த அந்த ஆள் பிரச்சனையை வளர்க்க வில்லை. நாங்கள் வீடு திரும்பினோம்.

எங்கள் மாமா வீட்டில் தொலைக்காட்சிப் பெட்டி இருக்கிறது என்றாலும் அண்டை வீட்டுப் பிள்ளைகள் அடிக்கடி வந்து பார்த்துவிட்டுப் போவது நிரந்தரமாகிவிட்டதால் எரிச்சலடைய ஆரம்பித்தார். ஆரம்பத்தில், அவர் எங்களைத் தேநீரும் பழங்களும் கொடுத்து உபசரித்தார். எகிப்து தொடரைப் பார்க்க நாங்கள் சிறிய இராணுவ அதிகாரிகள்போல உட்கார்ந்து கொள்வோம். இப்பொழுதெல்லாம் கதவைத் திறக்க பத்து முறையாவது அழைப்பு மணியை அடிக்க வேண்டியிருந்தது. "யாரது?" என்று அவர் கேட்டால், "அம்மாவும் நானும்" என்று

பதில் கொடுப்பேன். பெரும்பாலும், அம்மாவைப் பதில் கூறும்படி சொல்வேன். தொலைக்காட்சி பார்க்கும்பொழுது, என்னை முடிந்த அளவுக்குக் குறுக்கிக்கொண்டு மூலையில் உட்கார்ந்து கொள்வேன். நான் இயல்பாகப் பார்க்க பெரியவர்கள் எல்லோரும் தூங்கப்போகும்வரை காத்திருப்பேன்.

'அந்தரும் அப்லாவும்' தொடர் முடிந்ததும் கடலைப் பற்றியும் மீன்களைப் பற்றியும் ஒரு ஆவணப்படம் காட்டுவார்கள். அதில், குறைந்தது அரை மணி நேரத்துக்கு ஒரு காட்சி ஓடும். உயரமான மெலிந்த மனிதன், தலையில் சிவப்புத் தொப்பியுடன் வருவான். கறாரான முகத்துடன், என்னைப் பயமுறுத்தக் கூடிய ஏதோ ஒரு புரியாத மொழியில் பேசிக்கொண்டிருப்பான். நாங்கள் குர்திய மொழியும், ஈராக்கியர்கள் அரபு மொழியும் உலகில் உள்ள மற்றவர்கள் ஆங்கிலமும் பேசுகிறார்கள் என்று எனக்குத் தெரியும். இந்த மனிதன் பேசும் புரியாத மொழி எதுவாக இருக்கும்? என் மாமா வீட்டுத் தொலைக்காட்சியில் இந்தியத் திரைப்படங்களும் ஒளிபரப்பப்பட்டன. ஆனால், எனக்குத் திருப்தி ஏற்படவில்லை. என் மொழியில் எதுவும் இல்லை. எனக்கு மிகவும் குழப்பமாக இருந்தது. எங்கள் குரல் திரைக்குப் போக முடியாதா? அல்லது தொலைக்காட்சிப் பெட்டி எங்கு தயாராகிறதோ அவர்களின் மொழியைத்தான் தேர்வு செய்கிறார்களா? நான் குர்திய மொழியில் தொலைக்காட்சியைக் காண வேண்டும் என்று ஏங்கினேன். என் அப்பாவைப் பொருத்தவரை, நான் ஒரு வழக்கறிஞராகவோ நீதிபதியாகவோ வர வேண்டும் என்பதுதான் அவருடைய விருப்பம் என்பது எனக்குத் தெரியும். ஆனால் நானோ, எங்களைப் போலவே பேசும் ஒரு தொலைக்காட்சியைக் கண்டுபிடித்துவிட வேண்டும் என்று ஆசைப்பட்டேன். நானே அந்தக் கண்டுபிடிப்பாளராகவும், 'அந்தரும் அப்லாவும்' போன்ற தொடர்களைத் தயாரிப்பவராகவும், இசையமைப்பாளராகவும், பாடகராகவும் வர வேண்டுமென்று கனவு கண்டேன். என்றாவது ஒரு நாள், இந்தக் கருவியைக் குர்திய மொழியில் பேச வைப்பது என்று சபதம் எடுத்துக்கொண்டேன்.

அந்த அமைதியான நாட்களின்போது என் ஆக்ரே நகரம் முழுவதும் உற்சாகம் பொங்கியது. பல ஊர்களிலிருந்து வந்த பாடகர்கள் இசை நிகழ்ச்சிகளை நடத்தினார்கள். நாடகக் குழுவினர் காவியங்களை அரங்கேற்றினார்கள். 'மேமும் ஸின்னும்', எங்களுக்குப் பிடித்தமான 'ரோமியோவும் ஜூலியட்டும்' போன்ற நாடகங்கள் அவற்றுள் இடம்பெற்றன. பள்ளிக்கூட அரங்கில் நடந்த கலை நிகழ்ச்சிகளில் கலந்துகொண்டேன். பெண்களும் குழந்தைகளும் சூழ்ந்திருக்க, பிரபலமான குர்தியப் பாடல் மெட்டுகளுக்கு நாங்கள் ஆடுவது வழக்கம்.

பொது இடத்தில் மேடையில் இளம்பெண்கள் பாடுவதையும் ஆடுவதையும் முதன்முறையாக அப்போதுதான் பார்த்தேன். நிகழ்ச்சிகளுக்கிடையே பெண்களின் பெருமை பேசும் பழமொழிகளை அறிவிப்பாளர் சொல்லிக்கொண்டே இருப்பார். அரசியல், சமூகப் போராட்டத்தில் பெண்கள் பங்கு கொள்ள வேண்டும் என்று அவர்களைத் தூண்டுவார். அதற்கான காரணத்தையும் அவர் விளக்குவார். “பெண்தான் நம் சமுதாயத்தின் சரிபாதி. ஆணோ பெண்ணோ, சிங்கம் சிங்கம்தான். ஒற்றைக் கையால் ஒருபோதும் ஓசை எழுப்ப முடியாது. ஒரே சிறகால் பறவை பறக்க முடியுமா. . .”

நாங்கள் எல்லோரும் உற்சாகமாகக் கைதட்டுவோம்.

மேடையில் தோன்றிய இளம்பெண்களில் சல்மாவும் ஒருவர். அவர் சிவப்பு பூப்போட்ட மஞ்சள் நிற உடையை அணிந்திருந்தார். தளபதி பர்ஸானிக் கட்சியின் நிறம்தான் மஞ்சள். அப்பெண் மிகுந்த தன்னம்பிக்கையுடையவராகத் தெரிந்தார். என் அண்ணன் ரோஸ்தாமுக்கு அவர்மேல் காதல். அவர் பங்குபெற்ற எந்த நிகழ்சியையும் அண்ணன் தவறவிடுவதில்லை. அண்ணனை அந்தப் பெண் காதலித்தாரா என்பது எனக்குத் தெரியாது. அண்ணன் அவரைக் காதலித்ததுதான் முக்கியம்.

என் சகோதரிகளிடம் தன் காதலைப் பற்றி அண்ணன் மனம் திறந்து பேசினார். அவர்கள் அம்மாவிடம் பேசினார்கள். அம்மா அப்பாவிடம் கலந்துபேசி ஒரு முடிவுக்கு வந்தார்கள். இந்த விஷயத்தைப் பற்றி காலங்கடத்தாமல், சில பெரியவர்களை அழைத்துக்கொண்டு சல்மாவைப் பெண் கேட்க என் பெற்றோர் சென்றார்கள். பெண் வீட்டாரும் சம்மதம் தெரிவித்துவிட்டனர். என் அண்ணன் ரோஸ்தாம் யார்? தளபதியின் அந்தரங்கத் தகவல் தொடர்பாளர் மகன் அல்லவா? ரோஸ்தாமின் திருமணம், ஹாரன் ஒலி, பிலிமோத் துப்பாக்கியில் இருந்து கிளம்பிய குண்டுகள், அப்பாவின் பழைய புருனோவிலிருந்து புறப்பட்ட குண்டுகள் என அமர்க்களமாகக் கொண்டாடப்பட்டது. ஆயுதங்கள், போருக்காக மட்டும் தயாரிக்கப்பட்டவையா என்ன? அந்த நாள் முதல் என் அண்ணியை மேடையில் பார்க்கவே முடியவில்லை. பறவையால் ஒரே ஒரு சிறகால் பறக்க முடியாமல் போகும்போது மற்றவர்கள் அதற்கு ஒரு சிறகு தந்து உதவலாம். ஆனால் அது என் அண்ணியாக இருக்க முடியாது.

ஒரு நாள், வீடு திரும்பிய என் அப்பா மிகவும் கோபமாக இருந்தார். அவருடைய சிகரெட் பைப்பை நிரப்பிவிட்டு,

மெத்தையின் அடியிலிருந்து புருனோவை எடுத்தார். தளபதியின் பகுதிக்கு அப்பா புறப்பட்டார். ரோஸ்தாமும் தன் பிலிமோத்தைக் கையில் எடுத்துக் கொண்டு அவருடன் சென்றார். சற்று முன்புதான் ஒரு அசம்பாவிதம் தவிர்க்கப் பட்டிருந்தது. ஈராக்கிய மதக்குழு ஒன்று தளபதியைச் சந்திக்க மலைப்பகுதிக்குப் போய் இருக்கிறது. அந்த மதவாதிகளுக்குத் தெரியாமல், சதாம் உசேன் ஆட்கள் டி.என்.டி வெடி பொருளைத் தங்கத்தில் செய்யப்பட்ட குரானுக்குள் நிரப்பி, அவர்களிடம் கொடுத்து அனுப்பியிருக்கிறார்கள். அதைத் தளபதியிடம் அவர்கள் அன்பளிப்பாக வழங்க இருந்தபோது நல்ல வேளையாக அங்கு தேநீர் பரிமாற வந்தவர் குறுக்கில் வரவே, எந்த வித காயமும் இல்லாமல் தளபதி தப்பித்துக்கொண்டார். பிறகு எல்லாம் சகஜ நிலைக்குத் திரும்பியது. அப்பா அவருடைய புருனோவை மீண்டும் மெத்தையின் அடியில் வைத்துக்கொண்டார். என் அண்ணனின் பிலிமோத்தும் கட்டிலுக்கு மேல் அதன் வழக்கமான இடத்துக்குப் போய்விட்டது. அம்மா எவ்வளவு சொல்லியும் கேட்காமல், முகாம்களில் உள்ள படைவீரர்களிடம் அத்திப் பழங்களைக் கைச்செலவிற்கு விற்றுவரலாம் என்று பழங்களை நிரப்பிக்கொண்டேன்.

ஒரு வியாழக்கிழமையன்று, படை வீரர்களின் பின்னால் நின்று ஷெத்தோவும் நானும் "அத்தி, ஆப்ரிக்கோட் பழம்" என்று கூவினோம். எங்களைப் பார்க்க இரண்டு வீரர்கள் வந்தார்கள். அவர்கள் இருவரும் எங்கள் வழக்கமான வாடிக்கை யாளர்களான, இளம் படை வீரர்கள் இல்லை. வயதில் மூத்தவர் களாகவும் அதிகப் பருமனாகவும் இருந்தார்கள். தோற்றத்திலும் கூடுதல் கடுமை தெரிந்தது. சிவப்பு நிற இராணுவச் சீருடையை அணிந்திருந்த அவர்கள் தடிகளும் வைத்திருந்தனர். நாங்கள் வந்த வழியே திரும்பிப் போய்விடலாம் என்று நினைத்தபோது, அவர்கள் எங்களைக் கூப்பிட்டார்கள். "தம்பிகளே! போகாதீர்கள்! பழங்களைக் கொண்டு வாருங்கள்." அவர்கள் அருகில் சென்றதும், எங்களை அப்படியே பிடித்துக் கொண்டார்கள். எங்களை அடித்ததுடன், "காட்டுமிராண்டி களின் பிள்ளைகளே" என்று கேவலமாகத் திட்டினார்கள். "உங்கள் வீணாய்ப்போன பழங்களைக் கொண்டுவந்து எங்களை உளவு பார்க்கிறீர்களா?" குத்துக்களும் உதைகளும் சரமாரியாக விழுந்தன. அடி வாங்கியதில் எங்கள் உடம்பு சிவந்துவிட்டது. நாங்கள் கொண்டு சென்ற பழங்களைக் கால்களுக்கு அடியில் போட்டு நசுக்கினார்கள். முடிந்த அளவுக்கு உதைத்து பிறகு எங்களை விடுவித்தார்கள். "திரும்பி இங்கே வந்தால், ஆட்டை அறுப்பதுபோல் தலையை வெட்டிவிடுவோம், ஜாக்கிரதை" என்று எச்சரிக்கை செய்தார்கள். புலம்பியபடி, நொண்டிக் கொண்டே அங்கிருந்து தப்பித்தோம்.

எங்கள் ஊர்வந்து சேர்ந்ததும் ஒரு சவ ஊர்வலம் போவதைப் பார்த்தோம். என் அப்பாவும் மாமாவும் முன்னே செல்ல, மற்ற ஆண்களுக்குப் பின்னால் எங்கள் குடும்பத்தைச் சேர்ந்த பெண்கள் அழுதபடியே நடந்து சென்றார்கள். நான், ரமோ அருகில் சென்று, "யார் இறந்துவிட்டார்கள்?" என்று கேட்டேன்.

"யாருமில்லை" என்றான்.

"பிறகு ஏன் இந்த சவப்பெட்டி?"

"அது காலியாக இருக்கிறது."

"அப்படியானால் ஏன் பெண்கள் அழ வேண்டும்?"

"நம் மாமா முஷீரைக் கொல்லப் போகிறோம்."

ஏன் என்று கேட்டேன், ஆனால் அவன் பதில் சொல்ல வில்லை.

முஷீர் வீட்டு வாசலை அடைந்ததும், என் அப்பாவும் மாமாவும் பதற்றத்துடன் அவரைக் கூப்பிட்டார்கள். எங்கள் மாமா முஷீர், வீட்டுக்கூரை மீது ஏறி தப்பிக்கப் பார்த்தார். என் மாமா அவரிடம் பேசினார். "இங்கே வந்து பார் உன்னுடைய சவப்பெட்டியைக் கொண்டு வந்திருக்கிறோம்." பயந்துபோன முஷீர் கூரை மேலேயே நின்றார்.

என் அப்பா, "உன்னால் குடும்ப கௌரவம் போய் விட்டது" என்றார். மாமா அவரை இனத்துரோகி என்று திட்டிக்கொண்டே சுட்டார். சவப்பெட்டியைச் சுற்றி நின்ற பெண்கள் அழுதுகொண்டே இருந்தார்கள். அவ்தால் கான் இரண்டாவது குண்டைச் சுட்டார்.

"ஏன் நீ அடிக்கடி முஜூலுக்குப் போகிறாய்? அங்கு போய் யாரைப் பார்க்கிறாய்? பாதுகாப்புப் படையைச் சேர்ந்தவர்களையா? முஷீர் நீ என்ன ஒற்றனாகிவிட்டாயா?" நடுங்கிப்போன முஷீர் தன்னால் முடிந்தவரை மறைந்து கொள்ள பார்த்தார். "நான் அவர்களின் கைக்கூலி இல்லை" என்று கத்தினார். என் மாமா கதவை உடைத்துக் கூரையின் மேல் ஏறிவிட்டார். என் அப்பாவும் அவருடன் சென்று இருவருமாகச் சேர்ந்து முஷீரைப் பிடித்தனர். முஷீரைக் கவலையுடன் பார்த்து, "கொஞ்சம் நாட்களாகவே உன்னைப் பற்றி வதந்திகள் உலவு கின்றன. நாங்கள் அவற்றை நம்பவில்லை. ஆனால் நீயும் முஜூலில் என்ன செய்துகொண்டிருக்கிறாய் என்று எப்பொழுது கேட்டாலும், எதுவும் சொல்லாமல் மௌனம் காத்து வருகிறாய். உனக்கோ வேலை இல்லை. இருந்தாலும் உன்னிடம் பணம் இருக்கிறது. குடும்ப கௌரவத்துக்கு ஏற்பட்டுவிட்ட கறையைப் போக்கியாக வேண்டிய கட்டாயத்தில் நாங்கள்

இருக்கிறோம்" என்று அப்பா சொன்னார். அப்பா பேசிக் கொண்டிருக்கும்போதே என் மாமா துப்பாக்கியால் சுட்டார். குண்டு முஷீரின் முட்டியில் பாய்ந்தது.

அடுத்த குண்டை அவர் சுடுவதற்குத் தயாராக இருந்தார். அதற்குள் அப்பா, மாமாவின் கையிலிருந்த துப்பாக்கியை விலக்கிவிட்டு, முஷீரைப் பார்த்து தொடர்ந்து பேசினார். "சரி, நீ அவர்களின் கைக்கூலி இல்லை என்பது உண்மை என்றால், இதோ என் துப்பாக்கி. எடு. உன் மண்டையில் சுட்டுக்கொள்! அப்பொழுது உன்னை நம்பலாம். இல்லையென்றால் நாங்களே உன்னைக் கொல்வதைத் தவிர வேறு வழியில்லை." முஷீர் இயன்றவரை நேராக நிற்கப் பார்த்தார். கெஞ்சும் குரலில் அவர், "முசூலுக்கு என் சொந்த வேலையாகப் போய் வருகிறேன்" என்று மன்றாடிப் பார்த்தார். "என்ன வேலை?" என்று மாமா அவரைப் பார்த்துக் கத்தினார். என் அப்பா உறுதியாக, "முஷீர், சுட்டுக்கொள். உன்னுடைய சவப்பெட்டி தயாராக இருக்கிறது. உன்னைக் கௌரவமாக அடக்கம் செய்யும் பொறுப்பை நாங்கள் பார்த்துக்கொள்கிறோம்" என்று உறுதியாகச் சொன்னார். தப்பிச் செல்லப் பார்த்த முஷீரை, என் மாமாவின் துப்பாக்கிக் குண்டு தடுத்து நிறுத்தியது. அவர் கூரையிலிருந்து சவப்பெட்டியின் பக்கத்தில் நின்றிருந்த பெண்களுக்கு அருகில் வந்து விழுந்தார்.

பின்னர்தான் முஷீருக்கு முசூலில் ஒரு ஆசை நாயகி இருந்தது தெரியவந்தது. எனவே முஷீர் துரோகம் எதுவும் செய்யவில்லை.

நாளுக்கு நாள், நிலைமை மோசமாகி வந்தது. பாதுகாப்புப் படைவீரர்கள் அதிக அளவில் குவிக்கப்பட்டு இருந்தனர். பதற்றம் அதிகரித்துக்கொண்டிருந்தது. எங்கள் நகரைச் சுற்றி அகழிகள் வெட்டபபட்டன. அவரவர் பகுதியைப் பாதுகாத்துக்கொள்ள மக்கள் ஆயத்தமானார்கள். எங்கள் ஊரின் உச்சியில் அமைந்துள்ள இராணுவ முகாமுக்கு எதிரில், எங்கள் தோட்டத்துக்குப் பின்னால் இருந்த குன்றின் மேல் என் அப்பாவின் தலைமையில் பாதுகாப்பு அரண் அமைக்கப்பட்டது. அங்கு வெட்டப்பட்டிருந்த அகழியின் மேல் நின்று மேலும் ஏழு பேர்களுடன் அப்பா பாதுகாப்பில் ஈடுபட்டார். தவிர்க்க முடியாத தாக்குதலை எதிர்கொள்ளக் காத்திருந்தார்கள். தளபதியிடம் இருந்து சிறு சமிக்ஞை கிடைத்ததும் புறப்பட்டு ஈராக்கிய ராணுவ முகாம் மீது தாக்குதல் நடத்தத் தயாராக இருந்தார்கள். பெண்களும் குழந்தைகளும் ஒதுங்கியிருக்க ஒரு கூடாரம் தேவைப்பட்டது.

உடனடியாக, என் அப்பாவுக்கு, எங்கள் கோட்டை வீடு அதற்குப் பொருத்தமாகத் தெரிந்தது. "இது போன்ற நாளைக் கருத்தில் கொண்டுதான் அந்த வீட்டை வித்தியாசமாகக் கட்டியிருக்கிறேன்" என்றார். எங்கள் வீட்டின் சுவர்களுடைய உறுதியின் மேல் யாருக்கும் சந்தேகம் வர முடியாது என்பது எல்லோருக்கும் தெரியும். ஆனால், அது நோக்கியிருக்கும் திசைதான் பிரச்சனை. வீட்டைக் கட்டியபோது எல்லா சன்னல்களும், முதுகை நகர்ப் பக்கம் திருப்பிக்கொண்டு, தோட்டத்தை நோக்கி அமையும்படி இருக்க வேண்டும் என்று அப்பா முடிவெடுத்தார். எனவே, வீடு குன்றைப் பார்த்தவாறு அமைந்திருந்தது. அந்த நேரத்தில் அது அழகான காட்சியாக இருந்தது. அடுத்த சில மாதங்களிலேயே அந்தக் குன்றின் மேல் இப்படி ஒரு ராணுவ முகாம் தோன்றும் என்று அவரால் எண்ணிப் பார்க்க முடியவில்லை. எனவே, பெண்களுக்கும் குழந்தைகளுக்கும் என் மாமா அவ்தால் கான் வீட்டில் அடைக்கலம் தருவது என முடிவெடுக்கப்பட்டது. இது என் அப்பாவுக்குப் பெரும் ஏமாற்றத்தைத் தந்தது.

அண்மையில் சில நாட்களாக அனுபவித்து வந்த திருப்தியான வாழ்க்கை, சுதந்திரம் எனக்குத் தந்த சந்தோஷம், அந்த இசை நிகழ்ச்சிகள், ஓவியங்கள் எல்லாம் பறிபோவது எனக்கு வருத்தமளித்தது. எங்கள் உரிமைகளையும் தன்னாட்சியையும் புட்சிஸ்டுகள் இப்பொழுதெல்லாம் மதிப்பதில்லை என்பது மட்டும் தெளிவாகியது. நிலைமை இப்படி இருப்பதால், நானும் ஒரு துப்பாக்கியை எடுத்துக்கொண்டு, அங்கே அகழிகளில் பாதுகாப்பில் ஈடுபட்டுள்ள வீரர்களுடன் போய் சேர்ந்துகொள்ள வேண்டும் என்று விரும்பினேன். போதுமான அளவு ஆயுதங்கள் இல்லாததால், போர் வீரர்களின் நிர்வாக அலுவலகத்தின் பொறுப்பு எனக்கு வழங்கப்பட்டது. என் அப்பாவும் அவரது வீரர்களும் மிகவும் நம்பிக்கையுடன் இருந்தனர். விடுதலைக்காகப் போராடும் எங்களை ஹீரோக்களாக விவரித்த வாய்ஸ் ஆப் அமெரிக்கா வானொலியைக் கேட்டதும் அவர்களுடைய நம்பிக்கை மேலும் அதிகரித்தது. அமெரிக்கா போன்ற ஒரு முக்கியமான நாட்டுடன் கூட்டணியில் இருந்தது உண்மையிலேயே நம்பிக்கையளிப்பதாக இருந்தது. என் அப்பாவும், "அமெரிக்கர்களைப் போல நாங்கள் இந்தோ ஐரோப்பியர்கள்" என்று சொல்லிக்கொண்டே இருப்பார். அவருடைய அப்பாவைப் போல், மேலும் நம்பிக்கையை உயர்த்திக்கொள்ள, "நாங்கள் ஆங்கிலேயர்கள்" என்றும் சொல்வார். இனிமேல், ரேடியோ மாஸ்கோ நம்மை புரட்சியாளர்களாக வர்ணித்தால், அவர்களை ஏளனமாகப் பார்த்து, 'சமதர்மத்தை சோசியலிசத்தை நோக்கி பாத் இனத்துடன் அவர்கள் கைகோர்த்து நடக்கட்டும்" என்று கேலி செய்வோம். என்னைப் போன்ற இளைஞர்களுக்குக்கூட

நிக்ஸன், கிஸிஞ்ஜர் போன்ற பெயர்கள் தெரிந்திருந்தன. எங்களுக்கு அவர்களைப் பிடித்திருந்தது.

நீண்ட நாட்களாக எங்கள் அகழிகளிலேயே தங்கி இருந்தோம். எதுவும் நடக்கவில்லை. பிறகு நகரத்திலிருந்து வெளியேறும்படி எங்களுக்கு உத்தரவு வந்தது. ஏனெனில், எங்கள் இராணுவ வாகனங்களும், விமானங்களும் சென்று, ஈராக்கியப் படை வீரர்களை விரட்டி, ஆக்ரே நகரை விடுதலை செய்து, விரைவில் வெற்றிகரமாகத் திரும்பத் திட்டமிடப் பட்டது. "அமெரிக்கர்கள் நமக்கு வழங்கிய பீரங்கி வண்டிகளும், விமானங்களும் எங்கே இருக்கின்றன?" என்ற அம்மாவின் கேள்விக்கு, "அவை நம் மலைகளில் மறைத்து வைக்கப் பட்டுள்ளன. விமானங்கள் எல்லாம் ரகசிய விமான நிலையங் களில் இருக்கின்றன" என்று அப்பா உறுதிபடச் சொன்னார். எல்லோரும் தளபதியின் சமிக்ஞைக்காகக் காத்திருந்தார்கள். குர்திஸ்தானை நோக்கிச் சென்று அதை விடுவிக்கத் தயாராக இருந்தார்கள்.

இப்படித்தான் நாங்கள் வடக்கு நோக்கி மலைப்பகுதிக்குச் சென்றோம். ஒரு மாதம் கழித்து வெற்றியுடன் திரும்பிவிடுவோம் என்று முழுமையாக நம்பினோம். ஏதோ விடுமுறையைக் கழிக்கச் செல்வதுபோல்தான் நாங்கள் அங்கு புறப்பட்டுப் போனோம். வடக்கை நோக்கிச் செல்லும் பாதை முழுவதும் வாகனங்கள் நிறைந்து காணப்பட்டன. போகும் வழியில் ஓய்வெடுத்துச் சாப்பிட்டுவிட்டுப் பிற்பகலில் பிஜில் போய்ச் சேர்ந்தோம். என் அப்பா வாடகைக்கு அமர்த்தியிருந்த ஜீப்பின் பின்பகுதியில் என் பொருட்களுடன் தொற்றிக்கொண்டேன். எங்கள் வீரர்கள் பிடித்து வைத்திருந்த ஈராக்கியப் போலீசாரைப் பார்த்தேன். போகும் வழியில் அங்கிருந்த போர் வீரர்களின் மத்தியில் பிலேவைச் சேர்ந்த என் அப்பாவின் நண்பர் ரஜாப் இருந்ததை அப்பா பார்த்துவிட்டார். அவருக்கு வணக்கம் தெரிவிக்கும் வகையில் ஹாரன் அடித்தார். அவரும் பதிலுக்கு இவருக்கு வணக்கம் செலுத்தும் விதமாக துப்பாக்கியை வானத்தை நோக்கி உயர்த்தினார். மிகவும் நம்பிக்கையுடன் என் அம்மாவைப் பார்த்து, "பார்த்துக்கொண்டே இரு. ஒரு துப்பாக்கிக்குண்டைக் கூட வீணாக்காமல் அவர்கள் எல்லோரையும் பிடிக்கப் போகிறோம்" என்று அப்பா சொன்னார். எங்கள் நண்பர் ரஜாப் நாங்கள் சென்ற வாகனத்தின் பின்னாலேயே ஓடி வந்து என் அப்பாவைக் கூப்பிட்டார். "ஷெரோ, எங்களுக்கு நீ உடனடியாக ஒரு உதவி செய்தாக வேண்டும். நம் காவல்துறை தலைமை அலுவலகத்தில் ஒரு மோர்ஸ் டிரான்ஸ்மிட்டரைக்

கண்டுபிடித்துக் கொடுத்தோம். ஆனால் அந்த வேசிமகன்கள் அதை வீணாக்கிவிட்டார்கள்" என்ற தகவலைத் தெரிவித்தார் உடனே அப்பா ஜீப்பைவிட்டு இறங்கிக்கொண்டு ஓட்டுநரிடம் தொடர்ந்து போகும்படி சொன்னார். அப்பா தோளில் புருனோவை மாட்டிக்கொண்டு நண்பருடன் போவதைப் பார்த்தேன். மழை தூற ஆரம்பித்தது. பிஜில் கிராமத்தில், நினைத்துப் பார்க்க முடியாத அளவுக்குக் குழப்பம் நிலவியது. புல்வெளிப் பிரதேசத்தில் மேய்ந்துகொண்டிருந்த ஆடுகள், செம்மறி ஆடுகள், மாடுகள், குதிரைகள் போன்றவற்றை ஓட்டிக்கொண்டு கிராம மக்கள் திரும்பிக்கொண்டிருந்தனர். புரட்சிகரமான நெடும்பயணத்தில் ஈடுபட்டுள்ளவர்கள் மிகுதியான வாகனங்களில் சென்றுகொண்டிருந்தனர். அந்த வாகனங்களுடன் விவசாயிகளும் சேர்ந்துகொண்டார்கள். எல்லோரும் சேற்றில் ஊர்ந்து சென்றுகொண்டிருந்தார்கள். மழை தொடர்ந்து பெய்துகொண்டிருந்தது. எங்களுக்கு இருந்த செல்வாக்கால், அப்பாவுக்குத் தெரிந்த ஒருவர் வீட்டின் அறையில் தங்கவைக்கப்பட்டோம். அதில் நான், அம்மா, சகோதரிகள், இரண்டு அண்ணிகள் – கிராமத்துப் பெண்மணி யான திஜ்லா, நாட்டியமாடும் சல்மா – அவர்களுடைய குழந்தைகள் என அனைவரும் தங்கினோம்.

என் இரண்டு அண்ணன்களும் மலைகளில் போர்வீரர் களுடன் போய் சேர்ந்துகொண்டார்கள். என்னைச் சுற்றி இவ்வளவு பரபரப்பான சம்பவங்கள் நடந்துகொண்டிருந்தாலும் நான் தனிமையில் இருப்பதாகவே உணர்ந்தேன். கிராமங்கள் என்னைச் சோகத்தில் ஆழ்த்தின. காவல்துறையின் தலைமை அலுவலகத்திலிருந்த என் அப்பாவுடன் போய்ச் சேர்ந்துகொள்ள முடிவு செய்தேன். அவரைச் சுற்றிலும் ஆயுதம் தாங்கிய வீரர்கள் இருந்தார்கள். அவர்கள் எதிரில் ஆறு ஈராக்கியப் போலீஸ் காரர்கள் நின்றிருந்தார்கள். அவர்களிடம் ஆயுதங்களோ பெல்ட்டோ எதுவும் இல்லை. என் அப்பா ஒரு பாட்டரியுடன் இணைக்கப்பட்டிருந்த அந்த மோர்ஸ் டிரான்ஸ்மிட்டரைச் சரி செய்ய முயன்றுகொண்டிருந்தார். ஆனால் அந்தக் கருவிக்கே உரிய டிட் டிட் ஒலி எதுவும் அதிலிருந்து எழவில்லை. ஒரு டிரான்ஸ்மிட்டரைப் பார்ப்பது எனக்கு அதுதான் முதல் முறை. என் அப்பா ஒரு சிகரெட்டைச் சுருட்டி, அதை அந்த ஈராக்கியர் களில் ஒருவனுக்குக் கொடுத்தார். எனக்கு ஆச்சரியமாக இருந்தது. பிறகு, அவர் இன்னொரு சிகரெட்டைத் தமக்காகச் சுருட்டி அதைப் பற்றவைத்தார். அந்தப் போலீசை நேராக உற்றுப் பார்த்துக் கேட்டார்: "சொல், நான் இதைப் பழுதுபார்க்க முடியாத அளவுக்கு இந்தக் கருவியை அப்படி நீ என்னதான் செய்தாய்?" அந்தப் போலீஸ்காரர் துணுக்குற்று, "இதை நான்

தான் கெடுத்துவிட்டேன் என்று நீ எப்படி நினைக்கலாம்?" என்று சீறினார்.

அந்த நேரத்தில் அப்பா ஒரு நீதிபதியைப்போல் எனக்குத் தெரிந்தார். அந்தப் போலீஸ்காரரைப் பார்த்து, "இந்தக் கருவியை என்ன செய்தாய் என்று என்னிடம் சொல்லிவிட்டால், உன்னையும், உன் நண்பர்களையும் ஒன்றும் செய்யாமல் விட்டு விடுவேன்" என்று அப்பா சொன்னார். அதற்கு, அந்தப் போலீஸ் காரர், தோள்களைத் தூக்கிக் குலுக்கிவிட்டு, "அல்லா மீது சத்தியமாக, நான் இந்தக் கருவியைத் தொடவில்லை. ஏன் இது வேலை செய்யவில்லை என்றும் எனக்குத் தெரியாது" என்றார். தன்னுடைய நல்லியல்பை வெளிப்படுத்தும் விதமாக, என் அப்பா அதைப் பழுதுபார்க்கும் பணியில் உதவ அவர் முன் வந்தார். சுற்றி நின்றிருந்த நாங்கள் அவர்களுடைய சின்னச் சின்ன அசைவுகளைக்கூட மிகக் கவனமாகப் பார்த்துக் கொண்டிருந்தோம். ஈராக்கியர்கள்மேல் மிகவும் அவநம்பிக்கை கொண்டிருந்த ரஜாப் கேட்டார்: "இந்தக் கருவி வேலை செய்யாமல் போனால், கைதிகளை நாம் என்ன செய்யலாம்?" அப்பா பதில் எதுவும் சொல்லவில்லை. தன்னை அமைதிப் படுத்திக்கொள்ள சிகரெட் பிடிக்க வெளியே போனார். ரஜாப்பும் அவர் பின்னால் சென்றார். திரும்பி வந்ததும், என் அப்பா அக்கருவியில் மறுபடியும் கவனம் செலுத்தினார். அந்தப் போலீஸ்காரரும் அவருக்கு உதவி செய்தார். ஒன்றும் பலன் இல்லை. ரஜாப் வெறிபிடித்தவர்போல் அறைக்குள் வந்தார். அவருடைய துப்பாக்கியை அந்தப் போலீசாரின் நெஞ்சில் வைத்து, அவருக்குத் தெரிந்த தோராயமான அரபு மொழியில் எச்சரித்தார். அந்த டிரான்ஸ் மிட்டரைப் பழுது நீக்க இன்னும் ஒரு மணி நேரம் அவகாசம் தருவதாகவும், தவறினால், அவரும் அவருடைய நண்பரும் கொன்று புதைக்கப் படுவார்கள் என்பதையும் அந்தப் போலீஸ்காரருக்குப் புரிய வைத்தார். நடுங்கிப்போன அந்தப் போலீஸ்காரர் என் அப்பா பக்கம் திரும்பிக் கெஞ்சினார். அப்பா, ரஜாப்பை அமைதிப் படுத்தினார். அவர் வசைபாடிக்கொண்டே விலகிச் சென்றார். அப்பா மீண்டும் போலீஸ்காரரைப் பார்த்துச் சொன்னார்: "தம்பி, இங்கே பார்! இந்தக் கருவியை நீ கெடுத்துவிட்டாய் என்பது எனக்குத் தெரியும். இதை உடனடியாக ரிப்பேர் செய்துகொடு, இல்லையென்றால், இப்பொழுதே உன்னைக் கொன்றுவிடுவோம்."

அல்லாவைத் தொழுதுகொண்டு, போலீஸ்காரர் மறுபடியும் அந்தக் கருவியைச் சரி செய்வதில் முனைப்புடன் ஈடுபட்டார். ஒரு உதிரிப் பாகத்தை எடுத்துச் சீர் செய்வதைப் பார்த்தேன். அந்தப் போலீஸ்காரர் டிரான்ஸ்மிட்டரை

மீண்டும் இயங்க வைத்துவிட்டார் என்பதை என் அப்பா புரிந்துகொண்டார். அவரை விலக்கிவிட்டு, அந்தக் கருவியைச் சரி செய்வதுபோல் முகத்தை வைத்துக்கொண்டார். கருவி மீண்டும் ஒலியை எழுப்பியது. அப்பா நெஞ்சை உயர்த்தி நிமிர்ந்து நின்றார். ரஜாப் அவரிடம், "தளபதியின் தகவல் தொடர்பாளர் ஷெரோவே! உன்னைப் பார்க்கும் போது எங்களுக்குப் பெருமையாக இருக்கிறது" என்றார். பிறகு, ஈராக்கியப் பரிவர்த்தனையின் ரகசியக் குறியீடுகளை எடுத்துக்கொண்டு, அந்தப் போலீஸ்காரர்களை ஒன்றும் செய்யாமல் விட்டு விட்டார்கள். ஆனால், அவர்களை விடுவிப்பதற்கு முன், நம் அரேபிய 'நண்பர்களிடம்' ஒரு செய்தியைச் சொல்லும்படி அவர்களைக் கேட்டுக்கொண்டார்கள். குர்தியர்கள் ஈராக்கியர் களின் எதிரிகள் இல்லையென்பதும், நாங்களும் அவர்களுடைய விடுதலைக்காகத்தான் போராடி வருகிறோம் என்பதும்தான் அந்தச் செய்தி. அப்பாவை எங்கள் போராட்ட வீரர்கள் அவர்களுடைய தகவல் தொடர்பாளராக வைத்துக்கொள்ள மிகவும் விரும்பினார்கள். ஆனால், அப்படி ஒரு திட்டத்தை ஏற்க மறுத்து, "என்னைத் தளபதி எதிர்பார்த்துக்கொண்டிருப்பார்" என்று அப்பா சொல்லிவிட்டார்.

ஒரு முறை குடும்பத்தினருடன் பேசிக்கொண்டிருக்கும் போது, அந்த டிரான்ஸ்மிட்டரை எப்படிச் சீர் செய்தார் என்று நிறைய விஷயங்களை விவரித்தார். நான் எதுவும் பேசவில்லை.

நாங்கள் பீஜிலில் மூன்று இரவுகள் தங்கியிருந்தோம். நாளுக்கு நாள் அந்த ஊரில் மக்கள் கூட்டம் அதிகமாகிக்கொண்டே வந்தது. மீண்டும் ஒரு ஈராக்கியப் படையெடுப்பு நடந்து விடுமோ என்ற பயம் எங்களுக்கு மேலும் மேலும் அதிகரித்தது. பீஜில் என்பது ஒரு நிறுத்தம் தான். நாங்கள் இன்னும் வெகு தூரத்தில் உள்ள வடக்கு நோக்கி மேலே முன்னேற வேண்டும். எங்கள் தளபதி முஸ்தபா பர்ஸானியின் தலைமையிடமான 'நாப்பெர்தான்' இருக்கும் திசையை நோக்கி மீண்டும் பயணத்தைத் தொடங்கினோம். நாங்கள் மூன்று குடும்பத்தினர் இப்படி நடை பயணமாகச் சென்றோம். அந்தி சாயும்போது, ஒரு பெரிய ஆற்றின் கரைக்கு வந்து சேர்ந்திருந்தோம். என் அப்பாவைப் பார்த்து கேட்டேன். "இதுதானே டைகிரிஸ்?" "இல்லை, இது ஸாப், அதனுடைய கிளை நதி. உனக்கு நினைவு இருக்கிறதா? பிலேயில், மீன் பிடித்தோமே, அதே நதிதான் இது" என்று எனக்கு விளக்கினார்.

இந்த இடத்திலிருந்து, நீந்தாமல் ஆற்றைக் கடந்து விடலாம். எனவே எங்கள் சிறிய குழுவுக்கான குதிரையின்

மேல் நெருக்கிக்கொண்டு, உட்கார்ந்திருந்த பெண்களையும் குழந்தைகளையும் முதலில் போக விட்டோம். எனக்குத் தண்ணீர் என்றால் பயமாக இருக்கும் – குறிப்பாக இரவு நேரத்தில். இருந்தாலும், நான் மீனைப்போல் இயல்பாக நீந்தினேன். அப்பாவின் முறை வந்தது. துப்பாக்கியைத் தோளில் பொருத்தமாக வைத்தபடி, குதிரையின்மேல் ஏறி அமர்ந்துகொண்டார். ஆற்றுக்குள் இறங்கிக் குதிரை சென்றது. அப்பா கடிவாளத்தை இறுக்கப் பிடித்து, குதிரை மேலே முன்னேற முடியாதபடி செய்துவிட்டார். குதிரையையும் அவரையும் அலை இழுத்துச் செல்வதைப் பார்த்தோம். என் அப்பாவின் கூக்குரல் எங்களுக்குக் கேட்டது. குதிரையின் கால்காப்புகள் தண்ணீரை வேகமாக அடித்த வண்ணம் இருந்தன. குதிரையின் உரிமையாளர் அப்பாவைப் பார்த்துச் சத்தமாகக் கூவினார். "அதன் தலையை விட்டு விடு. உன்னுடைய பொருட்களைப் பிடித்துக்கொள்." நாங்கள் மிகவும் பயந்துபோனோம். ஒருவழியாக, அப்பாவும் குதிரையும், நூறு மீட்டர் தூரம் தள்ளி, ஆற்றில் இருந்து வெளியே வந்தார்கள்.

ஆற்றோரம் இருந்த ஒரு கிராமத்திற்கு வந்தபோது அந்த இரண்டு குடும்பங்களையும் விட்டுப் பிரிந்து எங்கள் பயணத்தைத் தொடர்ந்தோம். நிலைமைக்கு ஏற்றவாறு நடந்தோ, குதிரையிலோ, வாகனத்திலோ சென்றோம். ஒருவழியாக, நாப்பெர்தானுக்கு வந்து சேர்ந்தோம். அந்த ஊரில்தான் குர்தியப் போராட்டக்குழுவின் தலைமை அலுவலகம் இருந்தது. அது குர்திஸ்தானிலேயே நன்கு பாதுகாக்கப்பட்ட ஊராகும். அங்கு என் அண்ணன் ரோஸ்தாம், எங்களுக்காக ஒரு வீட்டை ஏற்பாடு செய்துவைத்துக் காத்திருந்தார். நாங்கள் மிகவும் செல்வாக்கானவர்களாக உணர்ந்தோம். பெரிய நிர்வாகிகளின் குடும்பங்களுடன் தங்கியிருந்தோம். ஒரு குன்றையொட்டி அமைந்திருந்த எங்களுடைய புதிய வீட்டில் ஒரேயொரு அறைதான் இருந்தது. அது அப்படியே பிலே நகரில் இருந்த வீட்டின் மறுபதிப்புபோல் இருந்தது. தளபதி தவறிப்பட்ட முறையில் தலையிட்டதால்தான் அந்த வீடு தனக்கு ஒதுக்கப் பட்டுள்ளதாக அப்பா உறுதியாக நம்பினார். என் அண்ணன் ரோஸ்தாம் அவருடைய நம்பிக்கையைப் பொய்யாக்கினார். அந்த வீட்டின் பின்புறம் மறைத்து வைக்கப்பட்டுள்ள 'விமானத் தாக்குதல் கண்காணிப்பை' அவரிடம் காட்டிச் சொன்னார்:

"நான்தான் அந்தக் கண்காணிப்புக்குப் பொறுப்பு அதிகாரி. இருபத்திநாலு மணி நேரமும் நான் இதை இயக்கத் தயாராக இருக்க வேண்டும். இதற்காகத்தான் குன்றில் இருக்கும் இந்த வீட்டை நான் கேட்டு வாங்கினேன்" என்று கூறினார். மலையிலிருந்து இறங்கித் தலைமை அலுவலகத்திற்கு அப்பா

சென்றார். அங்கு அவரை அன்புடன் வரவேற்ற தளபதியின் செயலாளர் அவருக்கு வேண்டியதைச் செய்துதரத் தயாராக இருப்பதாகச் சொன்னார்.

பெஸ்மெர்கா எனும் போராளிகள் தொடர்ந்து வருவதும் போவதுமாக இருந்ததால் கிராமமே பரபரப்பாக இருந்தது. ஈராக்கியர்கள் அப்பொழுதுதான் பெரிய அளவில் ஒரு தாக்குதலை நடத்தியிருந்தார்கள். எங்கள் ஆக்ரே நகரமும் குர்திஸ்தானின் ஏனைய பெரிய நகரங்களும் ஈராக்கியரிடம் விழுந்துவிட்டன. லட்சக்கணக்கான மக்கள் வடக்கை நோக்கிப் பயணம் செய்ய ஆரம்பித்தார்கள். ஆனால், எங்களுக்கு அசைக்க முடியாத நம்பிக்கை இருந்தது. அமெரிக்கா எங்கள் பின்னால் இருந்தது. அதேபோல், அதனுடைய கூட்டு நாடான ஈரானும் எங்களுடன் இருந்தது. எங்கள் வானொலியான 'வாய்ஸ் ஆப் குர்திஸ்தான்' மணிக்கு ஒரு முறை நடைபெற்றுக்கொண்டிருந்த சம்பவங்கள் குறித்தத் தகவல்களை தெரிவித்தவண்ணம் இருந்தது. எங்கள் துருப்புகள் நிகழ்த்திய வீரமான எதிர்த் தாக்குதல்களைப் பற்றி அனல் பறக்கும் தொனியில் அறிவிப்பாளர் விவரித்தார். பிறகு, என் அப்பா, 'வாய்ஸ் ஆப் அமெரிக்கா' செய்தியைக் கவனமாகக் கேட்டார். அது எங்களை 'விடுதலைப் போர்வீரர்கள்' என அழைத்தது. அடுத்ததாக ரேடியோ மாஸ்கோவின் முறை. அது, 'சோசியலிச சிற்பி'யான சதாம் உசேனுக்கு எதிராகச் செயல்படும் எங்களை மோசமான கலகக்காரர்கள் என வசை பாடியது. ஆனால் என் அப்பா அதைப் பற்றிக் கவலையில்லாமல் இருந்தார். காரணம் அமெரிக்காவும், ஹென்ரி கிஸிஞ்ஜரும் எங்களுடன் இருந்தார்கள்.

போர் நடந்ததோ இல்லையோ, வாழ்க்கை தொடர்ந்து நடந்துகொண்டிருந்தது. நான் பள்ளிப்படிப்பை மீண்டும் தொடர்ந்ததால் மிகவும் மகிழ்ச்சியாக இருந்தேன். ஏனெனில், மீண்டும் குர்திய மொழியில் கல்வி போதிக்கப்பட்டது. குர்திய இளைஞர் சங்கத்தின் தீவிர உறுப்பினராய்ச் செயல்பட்டேன். பள்ளி முடிந்ததும், போராட்டக் குழுவின் உறுப்பினர் ஒருவர் எங்களுக்கு அரசியல் கல்வி குறித்த பாடம் கற்பித்தார். அவர் எப்பொழுதும் கச்சிதமான குர்திய உடையையே அணிந்திருப்பார். இடுப்பில், வெள்ளைக் கைப்பிடி கொண்ட துப்பாக்கியைச் சொருகி இருப்பார். அவர் பாடம் நடத்தத் தொடங்குவதற்கு முன்பு, கரும்பலகையில் '1946 குர்திஸ்தான் ஜனநாயகக் கட்சியின் தோற்றம், குர்தியக் குடியரசு உருவான ஆண்டு, தலைநகர்: மஹாபாத்' என்று எழுதுவார். அடுத்ததாக,

'தெமோகிரஸி'* என்ற வார்த்தையை ஒவ்வொரு சீராகப் பிரித்து, தெ.மோ.கிர.ஸி என்று எழுதுவார். "இந்தக் கிரேக்கச் சொல்லுக்கு மக்களின் சக்தி என்று பொருள்" என்று ஒவ்வொரு முறையும் சொல்வார். ஒரு பெரிய வரைபடத்தை எங்களுக்கு வரைந்து காட்டுவார். அதில் வடக்கில் துருக்கியும், தெற்கில் ஈராக்கும், கிழக்கில் ஈரானும், மேற்கில் சிரியாவும் இருக்கும். படத்தின் நடுவில், சிவப்பு சாக்பீஸால் பிறை வடிவத்தில் ஒரு நாட்டை வரைவார். அதுதான் குர்திஸ்தான். ஆங்கிலேயர்களும் பிரெஞ்சுக்காரர்களும் எங்கள் நாட்டை எப்படி நான்காகப் பிரித்தார்கள் என்பதை விளக்குவார். அப்படிக் கூறும்போது, குர்திய எல்லையை, ஒரு சென்டிமீட்டர் இந்தப் பக்கமும், ஒரு சென்டிமீட்டர் அந்தப் பக்கமும் சேர்த்து, பெரிதாக்குவார். பிறகு, குர்திஸ்தானில் நீல நிறத்தில் ஒரு இதயத்தை வரைந்து அதை நான்காக உடைப்பார். "இப்படித்தான் குர்தியர்களின் இதயமும் நொறுங்கியது" என்று சொல்லி முடிப்பார். அவர் பயன்படுத்தும் அருமையான வார்த்தைகள் என்னைச் சோகத்தில் ஆழ்த்திவிடும்.

எனக்கு ஜியானின் அறிமுகம் கிடைத்தது. என் மாமா வீட்டுத் தொலைக்காட்சியில் வரும் இந்தியத் திரைப்பட நடிகைகளை விடவும் அவள் அழகாகக் காட்சியளித்தாள். மற்ற பெண்களைப்போல் அவள் உடை அணிவதில்லை. ஜீன்ஸ் பேன்டும், பெரிய ஸ்வெட்டரும், பனிக்கால ஷூவும் அணிந்திருந்தாள். அவளுடைய அப்பா ஒரு முக்கியப் புள்ளி என்று எங்களுக்குத் தெரியும். அவர் அடிக்கடி வெளிநாடுகளுக்கு, குறிப்பாக அமெரிக்காவுக்குப் போய் வருகிறார் என்பதையும் தெரிந்து வைத்திருந்தோம். அவளை எந்தப் பையனும் நெருங்க முடியாத அளவுக்கு அழகாக இருந்தாள். செர்ச்சில் மட்டும் விதிவிலக்கு. அவனும் நன்றாக உடையணிவான். அவனுடைய அப்பாவும் முக்கிய நபர்தான். யாராவது ஜியானை நெருங்கினால் அவனைச் செர்ச்சில் மிரட்டுவான். செர்ச்சிலை எதிர்க்க யாருக்கும் தைரியம் இல்லை. ஜியான் என்னை விரும்பியதால் நான் செர்ச்சிலைப் பொருட்படுத்தவில்லை. ஒரு நாள் எனக்கும் செர்ச்சிலுக்கும் வாக்குவாதம் வந்தது. நான் வகுப்பு மாற வேண்டி வந்தது. ஜியானும் என்னைத் தொடர்ந்து வந்தாள். அவளைப் பார்ப்பதற்காகவே பள்ளிக்குச் சீக்கிரமாகக் கிளம்பிவிடுவேன்.

ஒரு திங்கட்கிழமையன்று, நாப்பெர்தான் சோதனைச் சாவடி அமைந்திருந்த சிறிய பாலத்தின் மேல் துப்பாக்கிச் சத்தம் கேட்டது. ஒரு ஆள் குண்டடிப்பட்டுக் கீழே சாய்வதைப் பார்த்தேன். கொலையாளி உடனடியாகக் கைதுசெய்யப்பட்டார். சம்பவ இடத்திலேயே அவர் உடனடியாகக் கொல்லப்பட

* ஜனநாயகம்

வேண்டும் என்று தலைமை அலுவலகம் உத்தரவிட்டது. தண்டனையை நிறைவேற்ற ஒருவர் தேர்ந்தெடுக்கப்பட்டார். கொலையாளி எதிரிகளின் கைக்கூலியாகத்தான் இருக்க வேண்டும் என்று உறுதியாக நம்பினேன். எனவே அவருக்குத் தண்டனை கொடுப்பது பொருத்தம்தான் என்று நினைத்தேன். ஆனால், அவர் எவ்வித பயத்தையும் வெளிக்காட்டாமல் இருந்ததைப் பார்த்து ஆச்சரியப்பட்டேன். அவருடைய பார்வையைச் சகித்துக்கொள்ள முடியாமல், தண்டனையை நிறைவேற்றும் பொறுப்பில் இருந்தவர், முகத்தைத் திருப்பிக் கொள்ளும்படி சொன்னார். "முடியாது, நான் முகத்தைத் திருப்பிக்கொள்ளமாட்டேன்" என்று அந்த ஆள் மறுத்துவிட்டார். இவர் வற்புறுத்திப் பார்த்தார். முடிவில், இரண்டு குண்டுகளைச் சுட்டார். அதில் ஒன்று தலையிலும் மற்றொன்று மார்பிலும் பாய்ந்தது. அங்குக் கூடியிருந்தவர்களுடன் சேர்ந்து நானும் ஆர்ப்பரித்தேன். "வாழ்க குர்திஸ்தான், வாழ்க தளபதி" என்று முழங்கினேன்.

பின்னர்தான் அந்த ஆள் ஒரு கைக்கூலி அல்ல என்பது தெரியவந்தது. அவர் தன்மானத்தைக் காத்துக்கொள்வதற்காகக் கொலை செய்து இருக்கிறார். என்னைப் பொருத்தவரை, நம் இனத்துக்குத் துரோகம் செய்பவர்கள் மட்டுமே தண்டனைக்கு உரியவர்கள்.

ஜியானைச் சந்திக்க திட்டமிட்டிருந்த நேரம் கடந்து தாமதமாகப் போனேன். அந்தக் கூட்டத்தினருடன் சேர்ந்து கைத்தட்டியதற்காக வருந்தினேன்.

பாடகர் முகமுது ஷெக்கோவுடன் சேர்ந்து பாட தேர்ந் தெடுக்கப்பட்ட குழுவில் ஜியானும் நானும் இடம்பெற்றிருந்தோம். ஷெக்கோ உயரமான மனிதர். ஒல்லியான தேகம். மொத்தமான லென்ஸ் வைத்த கண்ணாடி அணிந்திருப்பார். அவருடன் ஓர் இளம் பாடகரும் பாடுவார். அவர் பெயர் திமார். இருவரும் சிரியாவைச் சேர்ந்த குர்தியர்கள். குர்திய இனத்தைக் காப்பாற்றுவதற்காக எங்கள் இயக்கத்தில் சேர்ந்து இருந்தார்கள். குர்திஸ்தானைச் சேர்ந்த மற்ற பகுதிகளிலிருந்து வந்த குர்தியர்களை அப்பொழுதுதான் முதன்முறையாகப் பார்த்தேன். துருக்கி, ஈரான், சிரியா ஆகிய நாடுகளால் ஆக்ரமிக்கப்பட்ட பகுதிகளில் இருந்து அவர்கள் வந்திருந்தார்கள். இப்படி வந்தவர்களில் மருத்துவர்கள், பொறியாளர்கள், மொழிபெயர்ப்பாளர்கள், கலைஞர்கள் எனப் பல வகையான மக்கள் அடங்குவார்கள். முகமது ஷெக்கோ ஒரு கருத்தை அடிக்கடி வலியுறுத்துவார். நம் நாட்டுக்கு துப்பாக்கிகளால் மட்டுமே விடுதலை பெற்றுவிட முடியாது. நமக்கு வயலின்களும்

மத்தளங்களும் வேண்டும் என்று சொல்வார். எனவே, எங்கள் வானொலி, வாய்ஸ் ஆப் குர்திஸ்தானுக்காக நிறைய பாடல்களை ஒலிப்பதிவு செய்தோம்.

குளிர்காலம் வந்தது. பனி கொட்டத் தொடங்கியிருந்தது. நிறைய பேருக்குக் காயம் ஏற்பட்டது. சிலர் மரணமடைந்தனர். அவர்கள் கழுதைகளின் முதுகுகளிலும் லாரிகளிலும் கொண்டு செல்லப்பட்டார்கள். எங்கள் விமானங்கள் ரகசிய விமானத் தளத்தை விட்டுப் புறப்படவேயில்லை.

ஒரு நாள் இரவு, ஈராக்கிய ஒற்றர் படையைச் சேர்ந்த விமானங்கள் எங்கள் வீட்டின் மேல் தாழ்வாகப் பறந்து வட்டமடிப்பது கேட்டது. எங்கள் வீட்டு சன்னல் வெடித்துச் சிதறியது. நாங்கள் அவசரமாக வெளியே வந்து பார்த்தோம். யாரோ ஒருவர், "அது நம்முடைய விமானங்கள். சுட்டு விடாதீர்கள்" என்று கூச்சலிட்டார். என் அண்ணன் ரோஸ்தாமும் அவருடைய நண்பர்களும் அந்த விமானங்களை நோக்கி விமானத் தாக்குதல் கண்காணிப்பிலிருந்து சுட்டார்கள். அவை நம்முடைய விமானங்கள் இல்லை என்பது அவர்களுக்கு நன்றாகத் தெரியும். ஒரு விமானத்தில் குண்டு தாக்கித் தீப்பற்றிக்கொண்டது. நாங்கள் எல்லோரும் 'வாழ்க' கோஷம் போட்டோம். அந்த விமானங்கள் எங்கள் மேல் குண்டு போடாமல் மறைந்துவிட்டன.

வானத்தில் மீண்டும் அமைதி. நாங்கள் எல்லோரும் ஓடிப் போய் ரோஸ்தாமையும் அவருடைய நண்பர்களையும் கட்டியணைத்துப் பாராட்டினோம். விமானத் தாக்குதல் கண்காணிப்பில் ஆளுமை செலுத்திய அண்ணனைப் பார்த்து மலைத்துப்போய் நின்றேன்.

என் அப்பா இராணுவ அலுவலகத்தின் பரிவர்த்தனை களைத் தொடர்ந்து கவனித்து வந்தார். தளபதியின் அழைப்பு வருமென எதிர்பார்த்திருந்தார். பர்ஸானியின் முகாமில் இவரை விடவும் சிறப்பான தகவல் தொடர்பு அதிகாரிகள் இப்பொழுது இருக்கிறார்கள் என்பதை அவர் எண்ணிப்பார்க்கத் தவறி விட்டார்.

அந்த விமானங்கள் மீண்டும் வந்தன. நான் பள்ளியில் இருந்தேன். நாங்கள் எல்லோரும் வேகமாக வெளியே ஓடிவந்து, அங்கிருந்த அகழிகளில் பதுங்கிக்கொண்டோம். அபாய எச்சரிக்கை விடுக்கப்பட்டு இருந்ததால் அகழிகள் வெட்டப்பட்டுத் தயார் நிலையில் இருந்தன. ஜியானை என் கைகளால் அணைத்துக் காப்பாற்ற வேண்டும் என்று விரும்பினேன். ஆனால் எனக்கு மிகவும் கூச்சமாக இருந்தது. நான் அவளைப்

பார்த்தேன். பிறகு வானத்தைப் பார்த்தேன். எங்களைச் சுற்றி நாபாம் குண்டுகள் பொழிந்தபடி இருந்தன.

அமைதி திரும்பியதும், எல்லோரும் எங்கள் ஆசிரியரைச் சூழ்ந்து நின்றுகொண்டோம். "நம் விமானங்கள் எப்பொழுது தான் காப்பாற்ற வரும்?" என்று கேட்டோம். "வருவார்கள், அவர்கள் வருவார்கள்" என்று ஒரு சோகமான புன்னகையுடன் ஆசிரியர் பதில் அளித்தார்.

வீடு திரும்பியதும், என் அப்பாவிடம், "அப்பா, நாம் ஒரு மாதத்துக்குச் சுற்றுலா போனோமே. . ." என்று கேட்டபோது பதில் சொல்லாமல் அப்பா முகத்தைத் திருப்பிக்கொண்டார்.

குண்டு வீச்சு தினமும் நடக்க ஆரம்பித்தது. எங்கள் பள்ளி நேரம் மாற்றப்பட்டது. இனி அந்தி சாய்ந்த பிறகுதான் பள்ளி ஆரம்பிக்கும். பாடத்தைக் கவனிக்க நாங்கள் எல்லோரும் அரிக்கன் விளக்குளைச் சுற்றி நெருக்கி அமர்ந்துகொண்டோம். தரை முழுவதும் பனி மூடியிருந்தது. எங்களுக்கு மேலிருந்த இருட்டுவானத்தில் நட்சத்திரங்கள் சிதறியிருந்தன. பாதைக்கு வெளிச்சம் பாய்ச்ச ஜியானிடம் ஒரு மின் விளக்கு இருந்தது. ஒரு நாள் இரவு, நான் குளிரால் நடுங்கினேன். அவள் அணிந்திருந்த கோட் பையிலிருந்து ஒரு சாக்லெட் பாரை எடுத்துப் பிரித்தாள். நாங்கள் இருவரும் அதைப் பங்கிட்டுச் சாப்பிட்டு மகிழ்ந்தோம்.

நான் வீடு திரும்பியபோது, என் பெற்றோர் ஒரு அடுப்பைச் சுற்றி உட்கார்ந்து குளிர்காய்ந்து கொண்டிருந்ததைப் பார்த்தேன். அவர்களுக்குச் சாப்பிட எதுவும் இல்லை. எனவே, என்னை பெஸ்மெர்காக்கள் நடத்தும் கடைக்குச் சென்று, ரொட்டி வாங்கி வரும்படி அனுப்பினார்கள். நாளொன்றுக்கு, ஆளுக்கு இரண்டு ரொட்டிகளை நாங்கள் இலவசமாகப் பெற்றுக்கொள்ளலாம். என் அம்மா எங்களுக்காகத் தேநீர் போட்டு வைத்திருந்தார். எங்களுடன் சேர்ந்து சாப்பிடுவதற்காக ரோஸ்தாம் வந்திருந்தார். பிறகு, அவருடைய இளம் மனைவியுடன் திரைக்குப் பின்னால் சென்றுவிட்டார். என் அப்பாவின் பெரிய தலைப்பாகைதான் அவிழ்க்கப்பட்டு அவர்களுடைய அந்தரங்கத்தைக் காக்கும் திரையாக மாற்றப்பட்டிருந்தது.

ஜியான் தன்னிடமிருந்த மேலங்கி ஒன்றையும் ஒரு மின் விளக்கையும் எனக்குக் கொடுத்திருந்தாள். அதனால் வகுப்பில் உள்ள எல்லோருக்கும் என் மேல் பொறாமை. ஜியான் என்னை நேசித்தாள். நானும் அவளைக் குர்திஸ்தானுக்கு இணையாக நேசித்தேன். யாருடைய மின்விளக்கு அதிக தூரம் ஒளியைப் பரப்பும் எனும் போட்டி இரவு நேர இடை வேளையின் போது

நடக்கும். ஜியானின் தயவால் அந்தப் போட்டியில் நான் கலந்துகொள்ள முடிந்தது.

குண்டுமழை தொடர்ந்து இரவும் பகலுமாக வானிலிருந்து பொழியவே, பள்ளிக்கூடத்தை மூட வேண்டியதாயிற்று. எங்கள் விமானங்கள் இன்னமும் வந்தபாடில்லை. நாங்கள் நம்பிக்கையை இழக்க ஆரம்பித்தோம்.

தலைமை அலுவலகம் இன்னும் வடக்கு நோக்கி மாற்றப் பட்டது. எனவே எங்கள் வீட்டைவிட்டு வெளியேறும் நிலைக்குத் தள்ளப்பட்டோம். அருகிலிருந்த இரண்டு பெரிய குகைகளுக்குச் சென்று பதுங்கிக்கொண்டோம். ஒன்று பெண்களுக்கும் மற்றொன்று ஆண்களுக்குமென ஒதுக்கப்பட்டன. அதற்குப் பிறகு பகலென்றும் இரவென்றும் எதுவும் கிடையாது. ஒரு குண்டு போட்டு முடித்து அடுத்த குண்டுபோட இடைப்பட்ட நேரத்தில், ஜியானை எப்படியாவது போய்ப் பார்த்துவிடுவேன். ஆண்கள் இருந்த குகையிலிருந்து மோர்ஸ் வழித் தகவல்களை என் அப்பா தொடர்ந்து அனுப்பியவண்ணம் இருந்தார். எங்களைச் சுற்றிலும் காயமடைந்தவர்கள் பலர் இருந்தார்கள். அவர்களுக்குச் சிகிச்சை அளிக்கும் அளவுக்கு மருந்துப் பொருட்கள் கிடைக்காத நிலை ஏற்பட்டது. குண்டு மழையில் கொல்லப்பட்டவர்கள் உடனுக்குடன் புதைக்கப்பட்டார்கள். அங்கிருந்த செவிலியர்களுக்கு உதவி செய்வேன். ஒரு புறம் அப்பாவின் மோர்ஸ் கருவி எழுப்பும் கட் கட ஒலியும், மறுபுறம் காயமடைந்தவர்களின் முனகல் ஒலியும் கேட்டபடி இருக்கும் சூழலில் உறங்கிவிடுவேன்.

காயமடைந்த ஒருவர் என் அருகே படுத்திருந்தார். அவருடைய பிள்ளைகளின் பெயர்களைச் சொல்லி முனகிக் கொண்டிருந்தார். நான் ஜியானைப் போய்ப் பார்க்கலாம் என்று எழுந்தேன். முனகல் சத்தம் திடீரென்று நின்றுபோனது. அவருடைய உயிர் அப்பொழுதுதான் பிரிந்திருக்க வேண்டும். என் கழுத்தின் பின்புறம் சொறிந்தேன். என் விரல்களில் ரத்தம் இருப்பதைப் பார்த்துத் துணுக்குற்றேன். மறுபடியும் சொறிந்து பார்த்தேன். என் மேல் பேன்கள் மேய்கின்றன என்பது தெரிந்தது. அன்று ஸேப் நதியில் இருந்த புழுக்களைவிடவும் இது மோசமாக இருந்தது. பெண்கள் தங்கியிருந்த குகைக்கு வேகமாக ஓடிப்போய் அம்மாவைத் தேடிக் கண்டுபிடித்தேன். எனக்கு நேர்ந்துள்ள நிலைமையை அவரிடம் காட்டினேன். நான் இதற்காக இவ்வளவு பதற்றமடைந்ததைப் பார்த்து அம்மா சிரித்தார். பிறகு அவர் கண்களில் நீர் கோர்த்துக்கொண்டது. ஒரு ஆற்றின் கோடிக்கு என்னை அழைத்துச் சென்றார். அங்கு

என் உடைகளைத் துவைத்துக் கொடுத்தார். துவைத்து முடிக்கும் வரை நான் ஒரு பெரிய போர்வையைப் போர்த்திக்கொண்டு நடுங்கியபடி பார்த்துக்கொண்டிருந்தேன். ஆட்டுக்குட்டிக்குச் செய்வதுபோல், அம்மா என் தலைமுடியைக் கத்தரித்தார். ஜியானைப் பார்க்க நான் போகவில்லை.

கிஸிஞ்ஜரின் ஒப்புதலோடு, எங்களைப் பலி கொடுத்து, ஈரானும் ஈராக்கும் ஒரு ஒப்பந்தம் செய்துகொள்ள முடிவெடுத்திருப்பதாக வதந்தி நிலவியது.

குர்திய வானொலியில் ஒரு கவிதை ஒலித்தது. அக்கவிதை சொர்க்கத்தை விஞ்சும் எங்கள் மலைகளின் அழகையும், எங்கள் டைகிரிஸ், யூப்ரடிஸ் நதிகளில் ஓடும் நீரின் தூய்மையையும் பறைசாற்றிக் கொண்டிருந்தது. நான் இனியும் சின்னப் பையன் அல்ல. என் கண்ணுக்குக் கொடூரமான மலைகளும், புழுக்கள் நிறைந்து வழியும் நதிகளும், நாபாம் குண்டுகள் ஆக்கிரமித்த வானமும்தான் தெரிந்தன.

பெண்களும் குழந்தைகளும் வயதானவர்களும் ஈரானிய எல்லையை நோக்கிச் செல்ல வேண்டும் என்று எங்களுக்கு உத்தரவு வந்தது. நாங்கள் சரியாகச் சிந்திக்கும் சக்தியை இழந்திருந்தோம். எனவே தனிமைப்பட்டுக் கிடப்பதாக எங்கள் மக்கள் உணர்ந்தார்கள். முன்பு சோவியத் நாட்டவர் எங்களுக்குத் துரோகம் செய்ததுபோல் இப்பொழுது அமெரிக்கர்கள் எங்களுக்குத் துரோகம் இழைத்துவிட்டார்கள். மார்ச் மாதத்தில் ஒரு குறிப்பிட்ட நாளில் ஈரான் ஷாவுடன் ஈராக்கியரான சதாம் உசேன் ஓர் ஒப்பந்தம் செய்துகொண்டார். எங்களுக்கு இருந்த கடைசி ஆதரவும் பறிபோனது. கிஸிங்ஜருக்குத் தளபதி பர்ஸானி எழுதிய நீண்ட கடிதத்தை எங்கள் வானொலியில் வாசித்தார்கள். கொடுத்த வாக்கைக் காப்பாற்றும்படி அதில் தளபதி மன்றாடியிருந்தார். ஆனால் கிஸிங்ஜரோ எங்களை முற்றிலுமாகக் கைகழுவிவிட்டார்.

பெஸ்மெர்காக்களின் ரொட்டிக் கடைக்குப் போய்ப் பார்த்தேன். ஆனால், அங்கு யாரும் இல்லை. எங்கள் ரகசிய வானொலி மட்டும் தொடர்ந்து உலகில் உள்ள எல்லோரிடமும் மன்றாடிக்கொண்டிருந்தது. ஏசு, முகமது, காந்தி, புத்தர், ஆப்ரகாம் லிங்கன் என எல்லோரிடமும் எங்கள் மக்களைக் காப்பாற்ற வரும்படி கோரிக்கை வைத்தது. பல பெஸ்மெர்காக்கள் விரக்தியில் தற்கொலை செய்துகொள்வதைப் பார்த்தேன். சிலர் மலைகளில் பதுங்கிக்கொண்டு போராடிப் பார்க்க விரும்பினார்கள். ஆனால் தளபதி உண்மை நிலவரத்தைப் புரிந்துகொண்டார். தப்பிச் செல்ல முடியாத ஒரு வலையில் நாம் சிக்கிவிட்டோம். அந்த வலை மேலும் நெருக்குவதால்,

தோல்வியை ஒப்புக்கொள்ள வேண்டும். இல்லையேல் எல்லோரும் கொல்லப்படுவோம் என்ற நிலைமை ஏற்பட்டு விட்டது. எனவே அனைவரும் நாட்டைவிட்டு வெளியேற முடிவு செய்தோம்.

வெவ்வேறு குடும்பங்களைச் சேர்ந்தவர்களுடன் ஒரு லாரியில் நெருக்கிக்கொண்டு, ஈரானிய எல்லையை நோக்கிப் பயணம் செய்தோம். வெளியேற வேறு பாதையே இல்லை. சில கிலோமீட்டர் தூரம் பயணம் செய்த பிறகு, மிகவும் சோர்ந்து போய் லாரியிலிருந்து கீழே இறங்கிவிட்டோம். தோள்களில் உடைமைகளைச் சுமந்துகொண்டு எல்லையைக் கடந்தோம். ஈரானியப் போலீசார் எங்களைக் கண் காணித்தபடியே இருந்தனர். ஒரு சிறிய குன்றின் மேல் எங்களை உட்காரச் சொன்னார்கள். எங்களைச் சுற்றிப் படை வீரர்கள் நின்று கொண்டார்கள். எங்கள் அருகில் கறுப்பு உடையில் இருந்த பெண்கள் கால்களுக்கு இடையே தலையைப் புதைத்தபடி முனகிக்கொண்டு இருந்தார்கள். ஏதோ ஒரு இடுகாட்டில் இருப்பதைப் போன்ற உணர்வு எனக்கு ஏற்பட்டது. நாங்கள் எல்லோரும் நிர்மூல மாகிவிட்டோம். நான் அழ ஆரம்பித்து விட்டேன். இது எங்களுக்கு ஐக்கிய நாடுகள் வழங்கிய பரிசாகும். எங்களை இப்பொழுது நிறைய கூடாரங்கள் இருந்த ஒரு முகாமுக்குக் கொண்டு சென்றார்கள். நாங்கள் அகதிகளாகி விட்டோம்.

அதன் பிறகு ஆண்கள் வந்து சேர்ந்தார்கள். அவர்களின் கவிழ்ந்த தலைகள் தோல்வியைத் தாங்கி நின்றன. அந்தக் கூட்டத்தில் என் இரண்டு அண்ணன்களும், தளபதி பர்ஸானியின் அந்தரங்கத் தகவல் தொடர்பாளரான என் அப்பாவும் இருந்தார்கள். ஈரானிய ரகசியப் போலீஸான சாவாக்கின் கண்காணிப்புக்குப் பயந்து ஈரானியர்களின் துரோகத்துக்கு எதிராகக் கோஷம் எதுவும் எங்களால் எழுப்ப முடியவில்லை.

ஈரானிய எல்லை முழுவதும் நூற்றுக்கணக்கான அகதி முகாம்கள் பரவலாகக் காணப்பட்டன. முகாமிலிருந்து சாவாக்கின் கண்காணிப்பில்லாமல் வெளியே செல்ல எங்களுக்கு அனுமதியில்லை. இத்தனைக்கும், இதுவும் குர்தியப் பகுதிதான்.

நாம்பெர்தானைச் சேர்ந்த இளம் ஆசிரியர் எங்களுக்கு அன்று வரைந்து காட்டி விளக்கியதுபோல், இது எங்கள் இதயத்தின் நான்கு பகுதிகளில் ஒன்றாகும். ஜியான் எங்கு இருக்கிறாள் என்று தேடிப் பார்த்தேன். ஆனால் பலனில்லை. ஒரு கூடாரத்தின் அருகே சென்றபோது யாரோ ஒருவர் முனகும் குரல் கேட்டது. அது திமாகின் குரல். சிரியாவிலிருந்து வந்த இரண்டு குர்திய இசைவாணர்களில் அவரும் ஒருவர்.

அப்பாவின் துப்பாக்கி

இப்பொழுது மழை பொழிய ஆரம்பித்துவிட்டது. எங்கள் முகாம் சேறும் சகதியுமாய் மாறிப்போனது.

கொதிகலன் போன்றதொரு வெப்பத்தைத் தந்து வாட்டி எடுத்த கோடைக்காலம் கழிந்தது. அந்த ஆண்டின் குளிர்காலம் வந்தது. தாங்க முடியாத கடும்குளிரைத் தந்தது.

வேறு ஒரு முகாமுக்கு எங்களைக் கொண்டு சென்றார்கள். இந்த முறை, பெரிய கிடங்குகளில் தங்க வைக்கப்பட்டோம். அவற்றின் நடுவில் பொதுப் பாதை வைத்து, ஒவ்வொரு குடும்பத்துக்குமெனத் தனித்தனியாகச் சிறு அறைகளாகத் தடுப்புகள் ஏற்படுத்தியிருந்தார்கள். காலம் நகர மறுத்தது. எங்கள் பொழுதைக் கழிக்க எந்த வழியும் இல்லை. எங்கள் கூடாரத்தில் இருந்து கிளம்பி, நானும் சில பையன்களும் அந்த முகாமை நாய்கள் மாதிரித் திரும்பத் திரும்பச் சுற்றி வருவோம். ஒரு முறை, என் அண்ணன் திலோவான் சில நண்பர்களுடன் நின்றுகொண்டிருப்பதைப் பார்த்துவிட்டேன். அவர் அருகில் செல்ல முயன்றபோது என்னை விலகிப் போகும்படி சைகை காட்டினார். அவர்கள் குடித்துக்கொண்டிருந்தார்கள்.

இரவு எங்கள் கூடாரத்துக்குத் திரும்பி வந்தபோது திலோவான் கீழே படுத்துக் கிடப்பதைப் பார்த்தேன். அவர் விக்கல் எடுத்துக்கொண்டிருந்தார். மூடியிருந்த அவருடைய கண்களில் இருந்து தாரை தாரையாகக் கண்ணீர் வழிந்து கொண்டிருந்தது. “நான் நம் மலைகளுக்குச் சென்று போராட வேண்டும்” என்று தொடர்ந்து உரக்கப் பேசிக்கொண்டிருந்தார். ஒரு பாத்திரத்தில் வாந்தி எடுத்துக்கொண்டிருந்தார். அப்போது அவருடைய மனைவி வாயைத் துடைத்துவிட்டார். அடுத்தடுத்த நாள்களில் இந்தக் காட்சி தொடர்ந்தது. அவர் மட்டுமல்ல மற்றவர்களும் அதில் இடம்பெற்றார்கள்.

வகுப்புகள் மீண்டும் ஆரம்பித்தன. நான் இன்னும் நீதிபதியாகவோ வழக்கறிஞராகவோ வர வேண்டும் என்ற கனவிலேயே இருந்தேன். ஜியானைத் தேடிக்கொண்டே இருந்தேன். என்றாலும் என் அடிமனது அவளையும் குர்திஸ்தானையும் நான் மீண்டும் பார்க்க முடியாது என்று உறுதியாகச் சொல்லியது.

என் மாமா அவ்தால்கானின் குடும்பம் தங்கியிருந்த கூடார அறைக்கு அருகில் நான் சென்றபோது ஜாஸ் இசைக் கருவியின் ஒலி வருவதைக் கேட்டேன். உள்ளே போய்ப் பார்த்தேன். அங்கு மஹமத் ஷெக்கோ இருந்தார். சிரியாவிலிருந்து வந்த பாடகரான இவரோடு சேர்ந்துதான் நானும் ஜியானும் வாய்ஸ் ஆப் குர்திஸ்த்தான் வானொலிக்காகப் பாடல்களை ஒலிப்பதிவு செய்தோம். முன்பைவிட அவர் மிகவும் மெலிந்து

இருந்தார். அவருடைய குரல் மட்டும் மாறவே இல்லை. அதே இனிமையான குரல். என்னைப் பார்த்துச் சிரித்தார். நான் அந்த அறையைவிட்டு வெளியே வந்தேன். அவர் பாடல் வரிகள் மட்டும் என் காதில் ரீங்காரமிட்டுக்கொண்டே இருந்தது: "காலம் கடக்கக் கடக்க, என் காதலியே என் இதயத்துடிப்பின் வேகம் குறைந்து வருகிறதே..."

அப்பா என்னிடம் கைச்செலவுக்குக் கொஞ்சம் பணம் கொடுத்தார். என்னைவிட வயதில் மூத்த ஒரு நண்பருடன் சேர்ந்து சிலமணி நேரங்கள் வெளியே சென்று வர அனுமதி பெற்று மஹாபாத்துக்குப் போனோம். குர்தியக் குடியரசின் தலைநகரான இந்த மஹாபாத்தில் தான் 1946ஆம் ஆண்டு முஸ்தபா பர்ஸானி தளபதியானார். ஆனால், அடுத்த ஆண்டிலேயே அதாவது 1947ஆம் ஆண்டு மார்ச் மாதத்தில் குர்தியத் தலைவர் காஸி மொஹமத் ஈரானியர்களால் தூக்கி லிடப்பட்டதும் இதே இடத்தில்தான்.

மஹாபாத்தில் எல்லோரும் குர்திய மொழியே பேசினாலும் யாரும் அரசியலைப் பற்றிப் பேசவில்லை. எங்கும் பீதி நிலவியது. ஒரு பதாகையில், 'ஷாவின் ஆணை இறைவனின் ஆணை' என்று எழுதப்பட்டிருந்தது. கெபாப் சாப்பிடுவதற்காகச் சிறிது நேரம் ஒரு சிற்றுண்டி விடுதிக்குள் சென்றோம். விடுதியின் உரிமையாளர் எங்களிடம் பணம் பெற்றுக்கொள்ள மறுத்து விட்டார். நாங்கள் தோல்வியைத் தழுவிய குர்தியர்கள் என்பதை யும் அகதிகள் என்பதையும் அவர் புரிந்துகொண்டார். என்னுடன் வந்த நண்பர் வாய்த் துடுக்கானவர். அவர் கடை உரிமையாளரைப் பார்த்து, "குர்திஸ்தானுக்குச் சொந்தமான இந்தப் பகுதியை மீட்க நீங்கள் ஏன் ஷாவை எதிர்த்துப் போராடாமல் இருக்கிறீர்கள்?" என்று கேட்டுவிட்டார். ரொம்ப நேரம் யோசித்து, தலையைச் சொறிந்தபடியே, "ஷா எங்களுக்குக் கட்டளையிட்டால் நாங்கள் நிறைவேற்றுவோம்", என்று பதில் சொன்னார்.

நகரத்தில் ஒரு திரையரங்கம் இருப்பதை அந்த உரிமை யாளரின் வழியாகத் தெரிந்துகொண்டோம். அங்கே போவது என்று முடிவு செய்தோம். அது ஒரு ஈரானியப் படம். திரையில் படம் தோன்றியதும் நான் மிகவும் பரவசம் அடைந்தேன். என்றாவது ஒரு நாள் குர்தியர்களை இதில் நடிக்க வைக்க வேண்டும் என்று மீண்டும் சபதம் எடுத்துக்கொண்டேன்.

ஈராக்கிய அமைச்சர் ஒருவர் ஹெலிகாப்டரில் வந்து இறங்கியிருப்பதாகவும், அவர் கொண்டுவந்துள்ள முக்கிய செய்தியைக் கேட்க வரும்படியும் முகாமில் இருந்த குர்தியர்

களுக்குத் தெரிவிக்கப்பட்டது. அந்த அமைச்சர் எல்லோருக்கும் பொது விடுதலை வழங்கப்பட்டு அவரவர் வீட்டுக்குத் திரும்பலாம் என்று அறிவித்தார். நாங்கள் அந்த நபரை நம்பத் தயாராக இல்லை. அதுவும் எங்களை வீழ்த்தும் ஒரு பொறியாகத் தான் இருக்க வேண்டும் என்று நினைத்தோம். பாக்தாத்தின் புட்சிஸ்ட் தலைவர்களை யாரால் நம்ப முடியும்? அந்த புட்சிஸ்ட் அமைச்சரைப் பேசவிடாமல் எல்லோரும் கேலியாக "ஓ" என்று குரல் எழுப்பினார்கள். பிறகு எல்லாம் குழப்பத்தில் போய் முடிந்தது. அமைச்சரின் கால் ஒடிந்தது. உடல் முழுவதும் ரத்தம் கொட்டியது. எனக்கிருந்த கடும் ஆத்திரத்தில் மற்றவர் களுடன் சேர்ந்து நானும் அவரை அடித்தேன். ஈரானியப் போலீசார் கூட்டத்தை நோக்கிச் சுட்டதில் பன்னிரண்டு பேர் கொல்லப்பட்டனர். படுகாயமடைந்த அமைச்சரைப் பாதுகாப்புப்படை வீரர்கள் தூக்கிக் கொண்டுபோய் ஹெலிகாப்டரில் ஏற்றி அனுப்பி வைத்தார்கள். கூட்டத்தினர் தொடர்ந்து அவரைப் பார்த்துக் காறி உமிழ்ந்து வசைபாடிக் கொண்டிருந்தனர். அந்த அமைச்சர் அங்கிருந்து போன பிறகு எல்லோரும் யோசிக்க ஆரம்பித்தார்கள். 'எதிர்காலத்தை இழந்து, இந்த அகதிகள் முகாமில் போலீஸ் கண்காணிப்பில் நாம் என்ன தான் செய்துகொண்டு இருக்கிறோம்?' எனவே வெளியேறுவது என்ற ஒரு முடிவுக்கு வந்தனர்.

சில குடும்பங்கள் அமெரிக்கா செல்ல விசா பெற்று விட்டார்கள். இன்னும் சிலருக்குக் கனடா செல்ல விசா கிடைத்தது. ஏன் நாங்களும் ஏதாவது ஒரு நாட்டுக்குச் செல்லக் கூடாது? குடும்பத்தில் உள்ள எல்லோரையும் கூட்டி இந்தக் கேள்விக்கு ஒரு பதிலைப் பெற அப்பா கலந்து பேசினார். ஒவ்வொருவரும் அதற்குள் அமெரிக்காவில் இருப்பதாக நினைத்துக்கொண்டோம். என் அப்பா பத்திரிகையாளர் ஆகி விட்டதாகவும், என் அம்மா பெரிய சூப்பர் மார்க்கெட் நடத்துவதாகவும் என் அண்ணன் தளபதியாகிவிட்டதாகவும் கனவு கண்டார்கள். நான் ஒரு பெரிய குர்தியப் படத்தை உருவாக்குவதாகக் கனவு கண்டேன். பிறகு என் அம்மா அவருடைய சகோதரர்களைப் பற்றியும் அவருடைய தோட்டத்தைப் பற்றியும் மாதுளைகளைப் பற்றியும் பேசிக் கொண்டிருந்தார். என் அப்பா அவர் கட்டிய கோட்டை வீட்டைப் பற்றியும் அவருடைய நண்பர்கள் பற்றியும் அவருடைய மண்ணைப் பற்றியும் அசைபோட்டார். நான் என் கௌதாரி களையும், மாமா மகன் ஷெத்தோவின் புறாக்களையும், பள்ளிக் கூடத்தையும், ஆற்றையும் நினைத்து ஏங்கினேன். எல்லோருமே கண்கலங்கிவிட்டோம்.

நாங்கள் வீடு திரும்புவது என்று முடிவாகிவிட்டது. "ஷாவின் படையில் போராளியாகவோ அல்லது அமெரிக்கா வில் குடிபெயர்ந்தவராகவோ இருப்பதைவிட நம் சொந்த மண்ணில் இறப்பதுதான் நமக்குப் பெருமை" என்று அப்பா முடிவாகச் சொல்லிவிட்டார். எங்களிடம் இருந்த சொற்ப அளவிலான பொருட்களையெல்லாம் மூட்டைகளாகக் கட்டிக் கொண்டோம். என் பள்ளிச்சான்றிதழைத் தேடி எடுத்து வைத்துக்கொண்டேன். எல்லையை நோக்கிப் பயணத்தைத் தொடங்கினோம்.

வழியில், எங்களைப் போலவே பல குடும்பங்கள் ஈராக்கிய அதிகாரிகளிடம் சென்று ஆஜரானார்கள். ஒரு வழியாக எங்கள் டிரக் நின்றது. அதிலிருந்து இறங்கி எங்கள் மூட்டைகளை எடுத்து முதுகில் வைத்துக்கொண்டு ஈரானியப் படைவீரர்களைக் கடந்து சென்றோம். இரண்டு படைகளுக்கு நடுவில் இருந்த நூறு மீட்டர் தொலைவு உள்ள ஆளில்லா பகுதியைக் கடந்து சென்றோம். தொலைவில் ஈரானியர்கள் எங்களை வழியனுப்ப எழுப்பிய வாழ்த்துகள் கேட்டன. ஆனால், திரும்பிப் பார்க்க எங்களில் யாருக்கும் துணிச்சல் இல்லை. காரணம் நாங்கள் இப்பொழுது ஈராக்கியப் படையின் கண்காணிப்பில் வந்துவிட்டோம்.

எல்லையில் ஒரு பெரிய பதாகை எங்களை வரவேற்றது: 'தாயக மண்ணுக்கு வருக வருக.' எங்களுக்காகக் காத்திருந்த ஈராக்கிய அதிகாரிகளும் படை வீரர்களும் எங்களை வரவேற்று எங்கள் உடைமைகளைத் தூக்கிச் செல்ல உதவி செய்தார்கள். எங்களுக்குப் பின்னால், ஈரானிய எல்லையில் நின்றிருந்த எங்கள் மக்கள், எங்களுக்குக் கிடைக்கும் வரவேற்பை ஆர்வமாகப் பார்த்துக்கொண்டிருந்தார்கள். ரகசியமாகத் திரும்பிப் பார்த்த போது, பலர் எங்களைப்போல் வருவதைப் பார்த்தேன். படை வீரர்கள் தொடர்ந்து எங்களுடன் வர, நாங்கள் ஒரு சிறு குன்றைக் கடந்தோம். இப்பொழுது ஈரான் எங்கள் பார்வையை விட்டு மறைந்து போனது.

அந்த நொடியிலிருந்து படை வீரர்களின் நடவடிக்கை மாறிவிட்டது. எங்கள் மூட்டைகளை ஒரு லாரியில் தூக்கி வீசி எங்களை அதில் ஏறும்படிக் கட்டளையிட்டார்கள். எங்களை நோக்கிக் குறி வைத்தபடி, இரண்டு படைவீரர்கள் ஆயுதங்களுடன் சுற்றி நின்றார்கள். தன் இனத்தைச் சேர்ந்த பறவைகளைக் கவர கவர்பொருளாக வேட்டையில் வைக்கப்படும் கௌதாரிகளின் படம் என்முன் மீண்டும் தோன்றியது. அப்படித்தான் நாங்கள் ஆகிவிட்டோம். நான் ஒரு குற்றவாளியாக உணர்ந்தேன். நாங்கள்

கவர்பொருளாகப் பயன்பட்டு இருக்கிறோம். எங்களைப் பின்பற்றி வரும் மற்றவர்களுக்கும் எங்களுக்கு நேர்ந்த கதியே ஏற்படப் போகிறது.

ஒரு கிலோமீட்டர் சென்றதும், லாரி நின்றது. கைகளைத் தலையில் வைத்தபடி இறங்கச் சொல்லி எங்களுக்குக் கட்டளை யிட்டார்கள். உயரமாக இருந்த லாரியின் மேடையில் இருந்து குதித்தாக வேண்டும். என் அம்மா தரையில் விழுந்துவிட்டார். உடனடியாக எழுந்திருக்கும்படி ஒரு படைவீரர் கத்தினார். பிறகு, இராணுவ வீரர்கள் சூழ்ந்துகொண்டனர். ஆண்களும் பெண்களும் தனித்தனியாகப் பிரிக்கப்பட்டனர். எங்களை ஒரு கட்டடத்துக்குக் கொண்டுசென்று எங்கள் உடைகளைக் களையச் சொன்னார்கள். எங்களுக்குச் சங்கடமாக இருந்தது. ஆனால் படை வீரர்களின் மிரட்டலுக்குப் பணிவதைத் தவிர வேறு வழியில்லை. தலைமேல் கைவைத்தபடி என் அப்பா பக்கத்தில் நான் அம்மணமாக நின்றிருந்தேன். எங்கள் உடைகளை அணு அணுவாகப் படைவீரர்கள் சோதனை செய்துகொண் டிருந்தார்கள். என் அப்பாவோ அவமதிக்கப்பட்ட நிலையில், அவருடைய ஆண்குறியைக் கைகளால் மறைத்துக்கொண்டு நின்றிருந்தார். அவமானத்தில் அவருடைய கால்கள் இரண்டும் நடுங்கிக்கொண்டிருந்தன. ஒரு படைவீரர் வந்து கைகளைத் தலைமேல் வைக்கும்படி அவருக்குக் கட்டளையிட்டார். கையில் இருந்த தடியால் அப்பாவின் கால்களை விரிக்கச் சொன்னார். அவருடைய ஆயுதத்தால் அப்பாவைக் குத்தி, தன்னைத்தானே ஒரு சுற்று சுற்றிக்கொள்ளச் சொன்னார். சோதனை முடிந்ததும் மீண்டும் உடை அணிந்துகொள்ள அனுமதி கிடைத்தது. அவமானம் மேலிட அம்மாவும், அக்காக்களும் அண்ணிகளும் அனுபவித்திருக்கக்கூடிய நிலைமைகளை எண்ணிப் பார்த்தேன். அங்கே வந்ததைவிட ஈரானிய முகாம்களிலேயே கிடந்து இறந்திருந்தால் கௌரவமாக இருந்திருக்கும் என்று நினைத்துக் கொண்டேன்.

பக்கத்துக் கட்டடத்தில் எங்கள் ஆவணங்களை வைத்துக் கொண்டு ஒரு அதிகாரி காத்திருந்தார். அவற்றைப் பற்றி அவர் அக்கறை எதுவும் காட்டியதாகத் தெரியவில்லை. நாங்கள் ஒவ்வொருவரும் எங்கள் பெயர், பிறந்த தேதி, இடம் ஆகியவற்றைச் சொல்ல வேண்டும். வேலை என்று வரும்போது, என் அப்பா என்ன சொல்லப் போகிறார் என்று அறிய ஆவலாகக் காத்து இருந்தேன். என் அப்பா வழக்கமாக, 'நான் தளபதியின் அந்தரங்கத் தகவல் தொடர்பாளர்' என்று பெருமையாகச் சொல்வார். முதல் முறையாக அவர் அப்படிக் கூறவில்லை. "ரொட்டி வியாபாரம்" என்று மட்டும் சொல்லிவைத்தார். எங்கள் முறை வந்ததும், ரோஸ்தாமும் நானும் "மாணவர்" என்றும், என் அண்ணன்

திலோவான் "ஆசிரியர்" என்றும் குறிப்பிட்டோம். மிகவும் வெறுப்புடன் எங்களைப் பார்த்த அதிகாரி, பாத் இனத்தின் ஈராக்குக்குச் சவால்விட்டு அமெரிக்காவை நம்பியதற்காக "கழுதைகளே" என்று திட்டினார்.

குர்திஸ்தான் உதயமாகும் என்ற எங்கள் முட்டாள் தனமான கனவையும் ஏளனம் செய்தார்.

நாங்கள் வேறு ஒரு அறைக்குச் சென்றோம். அங்கே அடையாள அட்டைக்கான புகைப்படம் எடுத்தார்கள். ஆண்கள், பெண்கள் என எல்லோரும் மீண்டும் ஒன்றுசேர்ந்து நின்றோம். புகைப்படக் கருவியின் முன் என் அம்மா நின்றிருக்க, அவர் முகத்தில் விளக்குகளின் ஒளி பாய்ச்சியிருந்ததைப் பார்த்தேன். அவர் முகம் பக்கவாட்டில் தெரியும்படி வலதுபக்கம் திரும்பி நின்றிருந்தார். இராணுவப் புகைப்படக்காரர் அவரைப் புகைப் படக் கருவியைப் பார்த்தபடி நிற்கச் சொன்னார். ஆனால் அம்மா அசையவில்லை, அவர் மீண்டும் கத்தினார். பலன் இல்லை. ஏனெனில், அம்மாவுக்கு அரபு மொழி புரியாது. அந்த ஆள் அம்மா அருகே சென்று அவர் தலையைத் திருப்பினார். அம்மாவால் இடது கண்ணால் பார்க்க முடியாது. அந்தக் கண்ணில் வெண்மேகம் போலப் பெரிய புள்ளி ஒன்று இருந்தது. அவருடைய முகம் வெளுத்துப்போய் எவ்வித உணர்ச்சியும் இல்லாமல் காணப்பட்டது. புகைப்படம் எடுக்கும் வேலை முடிந்ததும் மீண்டும் அதிகாரியிடம் திரும்பி வந்தோம். அவர் எங்களை வெற்றுத்தாளில் கைரேகையை வைக்கும்படிச் சொன்னார். அது முடிந்ததும், வெளியே போய்க் காத்திருக்கும்படி உத்தரவிட்டார்.

நாங்கள் எல்லோரும் குத்துக்காலிட்டு உட்கார்ந்திருந்தோம். ஈராக்கியப் படைவீரர்கள் எங்களை வென்றுவிட்ட தோரணை யில் பார்த்துக்கொண்டிருந்தார்கள். எல்லையில் குன்றின் பின்புறம் இருந்த அந்த வேலியை நினைத்துப் பார்த்தேன். கொஞ்ச நாட்களுக்கு முன் நாங்கள் செய்ததுபோல் இன்னும் ஏதோ ஒரு குடும்பம் அதைத் தாண்டிவரும் காட்சி என் மனத் திரையில் தெரிந்தது. என் அப்பா, இரகசியமாக அம்மா பக்கம் திரும்பி, காதோரமாக, "நாம் அமெரிக்காவுக்குத் தப்பி விடலாமா?" என்று கேட்டார். பதில் அளிக்கக்கூட அம்மா வுக்குத் தோன்றவில்லை. எங்களைச் சுற்றி நின்றிருந்த படை வீரர்களைப் பார்த்தபடியே, "எப்படி?" என்று ரோஸ்தாம் கேட்டார். "இன்னும் அதற்கு வாய்ப்பு இருக்கிறது. எல்லைப் பகுதி நம் எதிரில்தான் இருக்கிறது. அங்கே போய்விட்டால், நாம் டெஹ்ரானை அடைந்துவிடலாம். நேராக அங்கிருக்கும் அமெரிக்கத் தூதரகத்துக்குப் போய்விடலாம்" என்று அப்பா விளக்கினார். ஒரு குச்சியால் மண்ணில் ஏதோ வரைந்து

கொண்டிருந்த அண்ணன் திலோவான் கவிழ்ந்த தலையுடன், “அப்பா, கதை முடிந்துவிட்டது. நாம் எல்லாவற்றையும் இழந்து விட்டோம்” என்று சொன்னார். அப்பா அவருடைய புகையிலைப் பையை எடுத்து ஒரு சிகரெட்டைச் சுருட்டினார்.

ஒரு படைவீரர் வந்து எங்களை அவர் பின்னால் வரும்படி சொன்னார். எங்களை ஒரு அலுவலகத்துக்கு அழைத்துச் சென்றார். அங்கே ஒரு ஆள் சாதாரண உடையில் எங்களுக்காகக் காத்திருந்தார். மேசையில் ஒரு துப்பாக்கி இருந்தது. பையில் கத்தையாக ஆவணங்கள் வைத்திருந்தார். எங்களை எண்ணிப் பார்த்துவிட்டு, எங்கள் பெயர்களைச் சொல்லிக் கூப்பிட்டார். அந்தக் கத்தையை என் அப்பாவிடம் கொடுத்து, “இதோ உங்களுடைய புதிய அடையாள அட்டைகள், நீங்கள் போகலாம்” என்றார். ஆவணங்களை எடுத்துக்கொண்ட என் அப்பா சந்தேகத்துடன், “நாங்கள் போகலாமா?” என்று கேட்டார். “ஆமாம், உங்கள் ஊருக்குத் திரும்பிப் போங்கள்.” நாங்கள் அந்த அலுவலகத்தை விட்டு வெளியே வந்தோம்.

எங்கள் உடைமைகளை எடுத்துக்கொண்டோம். அங்கு தயாராக நின்றிருந்த டாக்சிகளை ஒரு படைவீரர் எங்களிடம் காட்டினார். கடைசியாக ஒரு முறை சோதனைபோட்டு முடிந்ததும் ஒரு டாக்சியில் ஏறி, நெருக்கிக்கொண்டு உட்கார நேர்ந்தது. ஒரு வழியாக ஆக்ரே நோக்கிப் பயணமானோம்.

போகும் வழியில், புதிய அடையாள அட்டைகளை என் அப்பா பார்த்தார். அவற்றில் புகைப்படம், பெயர், ஊர் ஆகியவை இடம் பெற்றிருந்தன. அந்த அட்டையின் முழுப் பக்கத்தையும் சிவப்பு வண்ணத்தில் ‘ஆயிதூன்’* என்ற சொல் ஆக்கிரமித்து இருந்தது. ஆக்ரே நகரின் நுழைவாயிலில் போலீசார் எங்கள் அடையாள அட்டைகளைச் சோதனையிடும் பணியில் ஈடுபட்டிருந்தபோது, எங்கள் தலைக்குமேல் ஒரு பெரிய பதாகை தொங்குவதைப் பார்த்தேன். அதில் ஒரு பக்கம் அதிபர் அல்பக்கரின் படமும், இன்னொரு பக்கம் துணை அதிபர் சதாம் உசேனின் படமும் இருந்தன. அதில்: ‘உம்மா அராபியா வாஹிதா ஸாத். ரிஸாலா காலிதா’ என்ற வாசகம் இருந்தது. ‘அரேபிய நாடு என்பது ஒன்றுதான். இறைவனின் செய்தியைத் தாங்கிய நாடு’ என்பது அதன் பொருள்.

---

* திரும்பி வந்தவர்கள்

1970ஆம் ஆண்டில் நடந்ததுபோல, இந்த முறை எங்களை வரவேற்க எங்கள் ஊரில் யாரும் இல்லை. யாரும் ஓடிவந்து எங்களைக் கட்டி அணைக்கவில்லை. எங்கள் வீடுவரை அழைத்துச் செல்ல யாரும் வரவில்லை. எங்கள் வீடு மட்டும் அப்படியே இருந்தது. ஆனால் உள்ளே ஆட்கள் இருந்தார்கள். வீட்டின் எதிரே குழந்தைகள் விளையாடிக் கொண்டிருந்தார்கள். நாங்கள்தான் இந்த வீட்டின் உரிமையாளர்கள் என்று எங்களை அறிமுகம் செய்துகொண்டோம். அதுப்பற்றித் தனக்குத் தெரியாது என்று அந்த ஆள் பதில் சொன்னான். "இது எங்கள் வீடாயிற்றே" என்று அப்பா சொன்னார். "போய் நாளை வாருங்கள். இதுப்பற்றிப் பேசலாம்" என்று அவன் சொல்லி விட்டான். மூன்று மாதங்கள் கழிந்தன. ஆனால் அந்த ஆளும் அவனுடைய குடும்பமும் எங்கள் வீட்டில்தான் வசித்துவந்தார்கள். நாங்கள் இரண்டாந்தர பிரஜைகளாகத் தகுதியிறக்கப்பட்டு விட்டோம் என்பதையும் எங்களுக்கு உதவ யாரும் இல்லை என்பதையும் அந்த ஆள் நன்றாகத் தெரிந்து வைத்திருந்தான்.

எங்கள் மாமா அவ்தால்கான் வீட்டில் தங்கி யிருந்தோம். அதே டி.வி. மாமாதான். அவர் இன்னமும் ஈரான் முகாமிலேயே இருந்தார். ஜாஸ் இசைக்கலைஞரான அந்த உயரமான ஒல்லிப் பாடகர் மஹமத்துடன் சேர்ந்து, காற்றில் கலந்து விட்ட நம்பிக்கைப் பாடல்களை என் மாமா பாடுவதாகக் கற்பனை செய்து பார்த்தேன்.

எங்கள் மாமா இறந்துவிடவே அவருடைய குடும்பம் ஈராக்கியர்களிடம் சரணடைய நேர்ந்தது. அப்படிச் செய்தால்தான் பிறந்த மண்ணில் அவரைப் புதைத்து பெருமைப்படுத்த முடியும். பிறகு, விதவை யான என் அத்தையிடம் அவருடைய ஆறு

குழந்தைகளுடன் வசிக்கட்டும் என அவரிடமே வீட்டைக் கொடுத்துவிட்டு வெளியேற வேண்டிய நிலை எங்களுக்கு ஏற்பட்டது.

எங்கள் வீட்டை ஆக்கிரமித்திருந்த ஆளை, அப்பா மீண்டும் போய்ப் பார்த்தார். அந்த நபரின் கண்களை உற்றுப் பார்த்துப் பேசினார்: "தம்பி, இந்த வீடு எனக்குச் சொந்தமானது. இதோ இந்தக் கைகளால் கட்டினேன்." கைகளை விரித்துக் காட்டினார். "என் பிள்ளைகளும் எனக்கு உதவியாக உழைத்தார்கள். என் பழைய வீட்டைக் கொளுத்தி நாசமாக்கிவிட்டார்கள். இது என்னுடைய ரத்தம். நான் இங்குதான் உயிரை விடுவேன். நான் ஆயிதூனாக இருக்கலாம். ஆனால் நான் சொல்வதைக் கவனமாகக் கேள். மொத்த ஈராக்கிய அரசாங்கமே உன்னுடன் இருந்தாலும் எனக்குக் கவலையில்லை. இன்னும் ஒரு வாரத்துக்குள் இடத்தைக் காலி செய்யவில்லை என்றால் நான் உன்னைக் கொல்லாமல் விடமாட்டேன்." மூன்று நாளில் எங்கள் வீடு காலி செய்யப்பட்டது.

நான் என் வாலிபப் பருவத்தை மீண்டும் அனுபவிக்கத் தொடங்கினேன். ஒரு நாள் என் மாமா மகன் ஷெத்தோவுடனும், ஏழு நண்பர்களுடனும் சேர்ந்துகொண்டு வாதுமைக் கொட்டைகளைப் பறிக்கச் சென்றேன். ஆனால் இடுகாட்டில் வளர்ந்து இருந்த அந்த வாதுமை மரத்தில் ஒரு கொட்டைகூட இல்லை. இறந்தவர்கள் எல்லாவற்றையும் தின்றுவிட்டார்களா? இடுகாட்டுக்கு எதிரில் காலியாக இருந்த குன்றில் சுலோவுக்குச் சொந்தமான கழுதை சுற்றித் திரிவதைப் பார்த்தோம். நோய்வாய்ப்பட்டு மெலிந்துபோய் எதற்கும் உதவாமல் இருந்த அந்தக் கழுதையை ஓநாயோ, காட்டு நாயோ அடித்துச் சாப்பிடட்டும் என்று சுலோ விட்டுவிட்டார். அங்கிருந்த ஒற்றை மரத்தில் இருந்த தழைகளைத் தின்று பார்க்க, நடுக்குன்றுவரை ஏறிய கழுதை, மேலே போவதற்குள் விழுந்துவிட்டது. தட்டுத் தடுமாறி எழுந்திருக்கப் பார்த்தது. நாங்கள் அதைக் குன்றின் உச்சிவரை தள்ளிக்கொண்டு போனோம். ஷெத்தோ எங்களை விட்டு விலகி நின்றுகொண்டான். நாங்கள் என்ன செய்யப் போகிறோம் என்பது அவனுக்குத் தெரியும். ஆனால் எங்கள் வன்முறை விளையாட்டைத் தடுக்க அவனால் முடியவில்லை.

குன்றின் உச்சிக்குப் போனதும், அந்தக் கழுதையை அங்கிருந்து தள்ளிவிட்டோம். பள்ளத்தாக்கின் அடிவரையில் அந்தப் பரிதாபத்துக்குரிய ஜீவன் உருண்டு போய் விழுவதைச் சிரித்தபடி பார்த்துக்கொண்டிருந்தோம். ஷெத்தோ தன் வெறுப்பை மறைக்க முயன்றுகொண்டிருந்தான். இல்லையென்றால் எங்கள் நகைப்புக்கு ஆளாக நேரிடும் என்பது

அவனுக்குத் தெரியும். அவனுக்குப் பதிலாக ரமோ பேசினான். "சாகசப் புறாக்களின் காலம் எல்லாம் மலையேறிவிட்டது. இது தில்மா' காலம்" என்றான். ஷெத்தோ புறாக்களுக்குப் பதிலாக இப்பொழுது பூனை ஒன்றை வளர்த்து வந்தான். எங்களைப் பொருத்தவரை, பூனையெல்லாம் பெண்கள் வளர்க்கும் பிராணிகள். அவனுடைய அப்பா அதாவது என் மாமா கொல்லப்பட்டதில் இருந்து ஒரே பிள்ளையான ஷெத்தோவை அவனுடைய அம்மா, இரண்டு சகோதரிகள், இரண்டு அத்தைகள் என வீட்டில் இருந்த பெண்கள் எல்லோரும் சேர்ந்து மிகவும் கெடுத்துவிட்டார்கள் என்று நாங்கள் நினைத்தோம்.

ஆடிக்களைத்ததும், மலையை விட்டுக் கீழே இறங்கிய நாங்கள் எட்டுப்பேரும், ஒரு பெரிய முசுக்கொட்டை மரத்தில் ஏறிப் பழங்களைப் பறித்தோம். பசி அடங்கியதும், பழங்களை எங்கள் குறிகளில் தேய்த்து சுய இன்பம் அனுபவித்தோம். யார் விரைவாக விந்தை வெளியேற்றுகிறார்களோ அவர்களுக்குப் பழம் சொந்தமாகும். முதல் முறையாக நான் சுய இன்பம் அனுபவித்தேன். ஸோராப் வென்று பழத்தைத் தட்டிச் சென்றான்.

நான் மலைகளிலும், ஈரானிலும் படித்த காலத்துக்கான என் பள்ளிச் சான்றிதழ் ஏற்றுக்கொள்ளப்படாததால், முன்பு படித்த அதே பள்ளியில், அதே வகுப்பறையில், அதே பெஞ்சில் மீண்டும் வந்து சேர்ந்தேன். நான்கு ஆண்டுகள் பின் தங்கிப்போனேன். இப்பொழுது மீண்டும் அரபு மொழியில் நான் கல்வி பயின்றாக வேண்டும். ஆண்டு இறுதித் தேர்வில் வெற்றி பெற்றுவிட்டதால், அடுத்த உயர்நிலைக்குச் செல்லும் தகுதியைப் பெற்றேன். எனக்குப் புதிய புத்தகங்கள் கிடைத்தன. முதல் பக்கத்தில் அதிபரின் புகைப்படம். மேல் அட்டையின் பின்புறத்தில் முக்கிய மான வாசகமான உம்மா அராபியா 'அரேபிய நாடு என்பது ஒன்றுதான்' – இருந்தது. என் பள்ளியின் பெயர் மாறியிருந்தது. 'அமைதிப் பள்ளி' என்ற பெயர் போய் 'பாத் பள்ளி' என்று பெயர் மாற்றம் பெற்றிருந்தது. பள்ளி முதல்வரின் அலுவலகத் துக்குப் பக்கத்தில் ஓர் அறை இருந்தது. அந்த அறையில் சில நேரங்களில், ஒரு நபரைப் பார்க்க முடிந்தது. அவர், பாத் கட்சி உறுப்பினர்களுக்கே உரிய கத்தையான தொங்கும் மீசையுடன் இருந்தார். பாத் கட்சியைச் சார்ந்த மாணவர்கள் அவரைச் சந்திக்க அங்கு அடிக்கடி வருவார்கள். அந்தக் கட்சி ஆட்சிக்கு வந்த இரண்டாம் ஆண்டு விழாவைக் கொண்டாடப் பள்ளியில் சிறப்பான ஏற்பாடுகள் செய்யப்பட்டு வந்தன. கத்தை மீசை

---

* ஏமாந்தவர்கள்

ஆசாமியின் அலுவலகத்தில் இருந்து என்னை வரச் சொல்லி ஆள் அனுப்பினார்கள். அவருடைய அறைக் கதவில் "உள்ளே வர அனுமதி இல்லை" என்ற வாசகம் காணப்பட்டது. என்னுடைய சில நண்பர்களும் அங்கு வந்திருந்தனர். யாருக்கு நல்ல குரல் வளம் இருக்கிறது என்று பார்த்து எங்களைத் தேர்ந்தெடுக்க, ஒவ்வொருவராகப் பாடும்படிச் சொன்னார். என் முறை வந்ததும், எனக்கு அரேபியப் பாடல் எதுவும் தெரியாது என்று புரிந்துகொண்டார். எனவே என்னை வெளியேறும்படிச் சொன்னார். மிகவும் சந்தோஷத்துடன் நான் வெளியே வந்தேன். ஆனால், கொஞ்ச நேரத்திலேயே அவர் என்னைத் திரும்பக் கூப்பிட்டு, என்னை விரலால் சுட்டி, முடியை வெட்டி வரும்படிக் கட்டளையிட்டார். "ஈராக்கிய இளைஞர்கள் சுத்தமாகவும் ஒழுக்கத்துடனும் இருக்க வேண்டும்" என்றும் சொன்னார். பள்ளி முடிந்ததும், முடிதிருத்தும் கம்யூனிஸ்ட் அப்துல்லா கடைக்கு வேகமாகப் போனேன். கடையில் இருந்த கண்ணாடியின் எதிரில் அதற்கு முன் இருந்த இளம்பெண்ணின் ஓவியம் இப்பொழுது இல்லை. அந்த இடத்தில் அதிபரின் பெரிய புகைப்படம் இருந்தது. நகரத்தில் எங்கு தேடியும் சமியின் ஓவியம் எதுவும் என் கண்ணில் படவில்லை. அந்த ஓவியரை, நகரின் மையப்பகுதியில் ஒரு குறிப்பிட்ட இடத்தில் சில நேரங்களில் நான் பார்க்க நேர்ந்தது. முதுகைச் சுவரின் மீது சாய்த்தபடி, வாயில் சிகரெட்டுடன், ஒற்றைக் காலில் மணிக்கணக்காக நின்றுகொண்டிருப்பார். நகரத்தை வெறித்துப் பார்த்துக்கொண்டிருப்பார். அவர் புகைத்த சிகரெட் தீர்ந்து முடிந்ததும் நுனித்துண்டை மெதுவாகத் தன் வாயில் இருந்து எடுத்துத் தரையில் போட்டுக் காலால் மிதித்துத் தேய்ப்பார். அந்தப் பக்கமாகப் போகிறவர்கள், அவருடைய ஆழ்ந்த சிந்தனையைக் கலைக்க விரும்பாதவர்களைப் போல அவருக்கு வணக்கம் தெரிவித்து வேகமாக நகர்ந்துவிடுவார்கள். அவரும் பதிலுக்கு அமைதியாக 'ராஜ் பாஷ்' என்று சொல்வார். நான் அவரைப் பார்க்க நேரும்போதெல்லாம் அவருக்குத் தெரியாமல் விலகி நின்று, ரகசியமாக அவர் எதைப் பார்க்கிறார் என்று கவனிப்பேன். கொடிகளில் காயப் போட்டிருந்த உடைகள், கூரை மேல் வைக்கப்பட்டிருந்த பளபளக்கும் உலோகத் தண்ணீர் பாரல்கள், சோகமாக வெளியே சென்று வீடு திரும்பும் ஜடமான மக்கள் என்று அவர் எப்பொழுதுமே பார்த்த விஷயங்களையே திரும்பவும் பார்த்துக்கொண்டிருப்பார். இது போன்ற காட்சியை மணிக்கணக்காகப் பார்த்து அப்படி அவர் என்னதான் சிந்தனையில் இருந்தாரோ?

* வணக்கம்

ஹினெர் செலீம்

கொஞ்சம் தூரம் நடந்துபோய் கும்பலில் கலந்து போவார்.

நான் மீண்டும் ஓவியம் வரைய ஆரம்பித்தேன். சமியைப் போல ஒரு பெரிய ஓவியராக வர வேண்டும் என்று ஆசைப் பட்டேன். பள்ளியில் ஒரு ஓவியக் கண்காட்சிக்கு ஏற்பாடு செய்து கொண்டிருந்தார்கள். நான் வரைந்த நல்ல ஓவியங்களில் சிலவற்றைப் பள்ளிக்கு எடுத்துக் கொண்டு போனேன். அந்தக் கண்காட்சியில் கலந்துகொள்ள வேண்டும் என்று மிகவும் ஆர்வமாக இருந்தேன். கண்காட்சிக்கு முந்தைய நாள் அதன் பொறுப்பாளர் என்னை வரச் சொன்னார். நான் வரைந்த ஓவியத்தைச் சுவரில் மாட்டிவைத்தார். அதில் ஒரு மனிதன் விலங்கிடப்பட்டிருப்பான். அவன் கண்கள் வானத்தை நோக்கி இருப்பதாக வரைந்திருந்தேன்.

அந்த ஓவியத்தை வரைந்தபோது அதில் இருந்த மனிதனுக்கு என் தோலின் நிறமே இருந்தது. அந்த நிறம் எனக்குத் திருப்தி அளிக்காததால், அதை முழுக்கக் கருப்பாக மாற்றிவிட்டது நினைவுக்கு வந்தது. கண்காட்சியின் பொறுப்பாளர் என்னைப் பார்த்து, "ஏன் இவ்வளவு மெலிந்த தேகத்துடன் ஒரு மனிதனை வரைந்து வைத்திருக்கிறாய்? ஈராக்கியர்கள் எல்லாம் பசியால் வாடுகிறார்கள் என்று நினைப்பார்களே. அது சரி, எதற்கு இந்தச் சங்கிலிகள்? இதற்கெல்லாம் என்ன அர்த்தம்?" என்று கேட்டார். என்னை நியாயப் படுத்த, "இவர் ஒரு ஈராக்கியர் இல்லை, ஆப்பிரிக்க மனிதன்" என்றேன். வேறு ஏதாவது வரையும்படி எனக்குக் கட்டளை யிட்டார். பாத் கட்சியின் சாதனைகள், எண்ணெய் வளத்தைத் தேசியமயமாக்கல், மன்னராட்சிக்கும் சியோனிசத்துக்கும் எதிராகப் பாலஸ்தீனியரின் போராட்டம் என எதையாவது வரையச் சொன்னார். "நான் இன்னமும் ஒரு வளரும் ஓவியனாகத் தான் இருக்கிறேன். அத்தனை விஷயங்களையும் வரைய எனக்கு நேரம் கிடைக்கவில்லை, ஆனால் நிச்சயம் வரைவேன்" என்று பதில் சொன்னேன். ஓவியங்களை என்னிடம் திருப்பிக்கொடுத்து கண்காட்சியில் கலந்துகொள்ள எனக்கு அனுமதி இல்லை என்று சொல்லிவிட்டார்.

1979 ஆம் ஆண்டின் வசந்த கால இறுதியில், அந்த நாள் வெப்பமாக இருந்தது. என் அப்பா வேகவேகமாக வீட்டுக்கு வந்துகொண்டிருப்பதைப் பார்த்தேன். அவருடைய கண்கள் பிரகாசமாக இருந்தன. வழக்கம்போல, அவர் வீட்டு வாசலை அடைவதற்குள், நடந்து வரும்போதே அவருடைய பெல்ட்டைக் கழற்றிக்கொண்டு வந்தார். நாங்கள் ஆயிதூனாக மாறிப்

போனதில் இருந்து, இந்த அளவுக்குப் பதற்றமாக அவர் இருந்ததை நான் பார்த்ததில்லை. ஏதோ நடந்திருக்கிறது என்பதை நான் ஊகித்துவிட்டேன். வீட்டின் எதிரில் வந்து சேர்ந்ததும், அம்மாவைக் கூப்பிட்டார். என் அம்மா வாசல் அருகில் வந்ததும், வராததுமாக பெல்ட்டை அவரிடம் வீசி விட்டு, வீட்டுக்குள் அவரைக் கூட்டிச் சென்று, "ஹேபத், மலைகளில் சில ஆட்கள் மீண்டும் வந்து போராடுகிறார்கள்" என்று கூறினார். இதைக் கேட்ட அம்மா வாயடைத்துப்போய் நின்றார். அதை ஒரு நல்ல செய்தியாக அவர் பார்ப்பாரென்று நினைத்திருந்தேன். ஆனால் என் கணிப்பு தவறியது; அப்பாவிடம் "என்ன பயன்?" என்று அம்மா கேட்டார். நீண்ட நிசப்தம் நிலவியது. அப்பா என் அருகில் வந்து, "இங்கே கவனி. இப்பொழுது இங்கு பேசியது வெளியே போகக் கூடாது, அரசாங்கத்துக்கு லேசான சந்தேகம் வந்துவிட்டால்கூட நமக்குப் பெரிய ஆபத்தாக முடியும். நாமெல்லாம் 'ஆயிதூன்கள்', சந்தேகத்துக்குரியவர்கள்" என்று கைவிரலை நீட்டி எச்சரிக்கை செய்தார்.

நாங்கள் 'ஆயிதூன்கள்' என்பதால் பல்கலைக்கழகங்களிலும், நிர்வாகத்திலும் என எந்த முக்கியமான பணிகளிலும் சேர எங்களுக்கு அனுமதி இல்லை. உண்மையில் இந்த விதி எல்லாக் குர்தியர்களுக்கும் பொருந்தும். அரசாங்கத்துக்கு விரோதமாக யாராவது ஒரு வார்த்தை பேசிவிட்டாலும் போதும், பேசியவர் இருக்கமாட்டார். மசூதிகள் எல்லாம் 'பாத் மசூதிகள்' என்று அழைக்கப்பட்டன. அவை மட்டுமா? தெருக்கள், நகரப்பகுதிகள், குன்றுகள் – ஏன் விபச்சார பகுதிகள் உட்பட – எல்லாம் 'பாத்' மயமாக மாறியது. எல்லோரும், காற்றில் பறந்து போகாமல் இருக்க வேண்டுமா? குல்லாய் அதைப் பிடித்துக்கொள் என்ற பழமொழிக்கேற்ப நடந்துகொண்டார்கள்.

பல அரேபிய நாடுகளில் இருந்து ஆயிரக்கணக்கான தொழிலாளர்கள் எங்கள் பகுதிக்கு வந்து சேர்ந்தார்கள். ஆயிதூன்களையும் ஏராளமான குர்தியர்களையும் நீக்கியதால் ஏற்பட்ட காலி இடங்களில் அவர்கள் பணியமர்த்தப்பட்டார்கள். 'உம்மா அராபியா'வின் வெற்றியால், ஈராக்கியர்களுக்கும் வளைகுடாவின் அரேபியர்களுக்கும் சுற்றுலா வர எங்கள் நாடு சொர்க்கமாகத் தெரிந்தது. மலைகளில் வந்து அவர்கள் இளைப்பாறிச் சென்றார்கள். ஆங்காங்கே பெரிய பெரிய ஓட்டல்களும், சுற்றுலாக் கூடாரங்களும், பங்களாக்களும் பரவலாக முளைத்தன. குர்தியர்கள் நிரந்தரமாக நசுக்கப்பட்டுவிட்டனர். அங்கே வந்த சுற்றுலாப் பயணிகள் அவர்களுக்கே உரிய உடை ஜெலாப்பாகளுடன் தெருக்களில் திரிந்தார்கள். எங்களைக் கடந்துசெல்லும்போது எங்கள் மேல் வெறுப்பை உமிழ்ந்த

படியே சென்றார்கள். சுற்றுலாப் பயணிகளில் ஐரோப்பியர்களும் சிலர் இருந்தனர். ஆனால், அவர்களை 'மோகாபரத்' எனும் ஈராக்கிய ரகசிய போலீஸ் சூழ்ந்துகொண்டு எங்களுடன் அவர்கள் எவ்விதத் தொடர்பும் வைத்துக்கொள்ளாதவாறு பார்த்துக் கொண்டார்கள். எங்கள் நகரம் சற்று பரபரப்பாகவே காணப் பட்டது. ஆனால் நாங்கள் எல்லோரும் நம்பிக்கை இழந்து சோர்ந்து போய் இருந்தோம்.

கோடை விடுமுறையின்போது ஆக்ரேவைவிட்டு வெளியே சென்றுவருவது என்று முடிவு செய்தேன். எனக்கு எல்லாவற்றையும் அறிந்துகொள்ள வேண்டும் என்று ஆர்வமாக இருந்தது. வேலை தேடி தோஹாத் பகுதிக்குப் போனேன். குர்தியக் கிளர்ச்சிக்கு முன் சுற்றுலாப் பயணிகள் அங்கு வருவது கிடையாது. சார்சிங் பகுதியில் உள்ள ஒரு திரையரங்கில் படக் கருவியை இயக்கும் வேலை காலியாக உள்ளதாகக் கேள்விப் பட்டேன். உடனே அங்கு போய் பார்த்தேன். அதைவிடப் பொருத்தமான வேலை எனக்குக் கிடைக்கப்போவதில்லை. நான் நிறையப் படங்களைப் பார்க்க முடியும். அதன்மூலம் கிடைக்கும் பயிற்சி அனுபவம் எனக்கு நல்ல தொடக்கமாக அமையும். ஓர் உயரமான கறுத்த நபர் என்னை வரவேற்றார். குர்திய உச்சரிப்புடன் கூடிய என் அரபு மொழியை வைத்துக் கொண்டு, ஒரு ஈ, காக்கையைக்கூட ஏமாற்ற முடியாது. என்னைப் பார்த்து அமைதியாக, "நீ என்ன குர்திஸ்தான் தேசியக் கட்சியா அல்லது குர்திஸ்தான் ஜனநாயகக் கட்சியா?" என்று கேட்டார். நான் ஏதாவது சொல்லி மாட்டுவேனா என்று எதிர்பார்த்தார். அவர் உளவுப்படையைச் சேர்ந்தவர் என்பது புரிந்தது. அவரைப் போலவே நானும் அமைதியாக, "நான் ஒரு மாணவன்" என்று பதில் அளித்தேன். அறைக்குள் இருந்து யாரோ அவரைக் கூப்பிடவே, என்னை அன்று பிற்பகலில் வந்து பார்க்கும்படி சொன்னார். ஆனால் மீண்டும் அங்குத் திரும்புவதில்லை என்று முடிவெடுத்து நகரத்துக்குச் சென்றுவிட்டேன்.

தெருவெங்கும் மக்கள் கூட்டம். அந்தச் சொர்க்கபுரியில் அரேபியக் குழந்தைகள் மகிழ்ச்சியாக இருப்பதைப் பார்த்தேன். குர்தியர்களோ சாலையோரத்தில் உள்ள நடைபாதைகளில் தாகத்தைத் தணிக்கும் பழச்சாறு, தயிர் போன்றவற்றை விற்றுக் கொண்டிருந்தனர். சார்சிங்கை விட்டு அனிஷ்கே நகருக்கு வந்து சேர்ந்தேன். அங்கே, நகரும் வீடுகள் அடங்கிய சுற்றுலாக் கூடாரங்கள் இருந்தன. அரசாங்கத்தால் நியமிக்கப்பட்ட ஒரு குர்திய எலெக்ட்ரிஷியனுக்கு உதவியாளராக வேலைக்குச் சேர்ந்தேன். சுலாவ் என்ற ஊரில் அரசுக்குச் சொந்தமான

சொகுசு ஓட்டல் ஒன்றில் தங்கியிருக்க எங்களுக்கு இடம் தந்திருந்தார்கள். சுற்றியும் மலைகள் இருக்க, ஒரு குன்றின் மேல் அந்த ஓட்டல் அமைந்திருந்தது. நான் தங்கியிருந்த அறையில் இன்னொருவரும் இருந்தார். உடன் தங்கியிருந்தவர் எப்பொழுதும் ஒரே கேசட்டைத் திரும்பத் திரும்பச் சத்தமாகப் போட்டுக் கேட்டுக்கொண்டிருப்பார். நான் மின்பணியாளருக்கு உதவியாளராக இருந்தாலும், நீச்சல் குளத்தைச் சுத்தம் செய்வது, சமையலறையில் உதவி செய்வது என்று பல வேலைகளை எனக்குத் தந்தார்கள். இங்கே அனைத்தும் அரசாங்கத்துக்குச் சொந்தம். நாங்கள் அந்த அரசாங்கத்தின் ஊழியர்கள்.

ஒரு சுற்றுலா வாகனத்தில் மின் பழுதைச் சரிசெய்ய என்னை அழைத்திருந்தார்கள். அங்கே பாக்தாத்தைச் சேர்ந்த ஐம்பது அல்லது அறுபது வயது மதிக்கத்தக்க இரண்டு நபர்களைப் பார்த்தேன். ஒரு மரத்தின் கீழே அமர்ந்தபடி 'ரக்கி' குடித்துக்கொண்டிருந்தார்கள். அவர்கள் அருகே சென்ற போதுதான் கவனித்தேன். முடியை 'டை' அடித்திருந்தார்கள். அவர்கள் பணக்காரர்கள் என்பது தெளிவாகத் தெரிந்தது. பெரிய பதவியில் உள்ள அரசு அதிகாரிகளாக இருக்கலாம். அந்தச் சுற்றுலா வாகனத்தைக் காட்டி, என்ன பிரச்சனை என்று என்னிடம் விளக்கினார்கள். உபகரணங்கள் அடங்கிய என் பெட்டியை எடுத்துக்கொண்டு அங்கே போய்ப் பார்த்தேன். அந்த வாகனத்துக்குள் இருந்த பெரிய கட்டிலில் பன்னிரண்டு வயது மதிக்கத்தக்க ஒரு பையன் படுத்திருந்தான். மிகவும் அழகாக இருந்தான். அவனுடைய பெரிய கண்கள் மேல்தளத்தையே உற்றுநோக்கியபடி இருந்தன. நான் அங்கு ஏற்பட்டிருந்த மின் பழுதைச் சீர் செய்தேன். நாங்கள் எதுவும் பேசிக்கொள்ளவில்லை. வேலை முடிந்து நான் வெளியே வந்ததும், அந்தப் பாக்தாத் நபர்களில் ஒருவர் சந்தேகப் பார்வையுடன் எழுந்தார். அந்தப் பையனைப் பார்க்க வாகனத்துக்குள் போனார். பிறகு, நானும் இளைஞனாக இருப்பதால், அவர்களுடன் சேர்ந்து குடிக்க என்னை அழைத்தார்கள். பணியாளருக்கே உரிய ஒரு புன்னகையுடன் நான் மறுத்துவிட்டேன். என் இதயம் வெறுப்பால் கனத்தது.

ஓட்டலுக்குத் திரும்பினேன். அறையில் என்னுடன் தங்கியிருந்தவர், கட்டிலில் ஓய்வெடுப்பதைப் பார்த்தேன். எப்பொழுதும்போல் அவருடைய கேசட்டைச் சத்தமாக கேட்டுக்கொண்டிருந்தார். நான் குளித்துக்கொண்டிருந்தபோது, ஓட்டல் ஊழியர் ஒருவர் என்னைத் தேடிவந்து, ஓட்டல் மேலாளர் என்னைப் பார்க்க விரும்புவதாகச் சொன்னார். எனக்குச் சந்தேகம் வந்தது. அவர் நிச்சயமாக அந்தக் கட்சியின் உறுப்பினராக இருக்க வேண்டும். சில ஆண்களும் பெண்களும்

அவருடன் பேசிக்கொண்டிருப்பதை நான் இதற்கு முன்பு பார்த்திருக்கிறேன். என் நாட்டின் இயற்கைப் பேரழகை ரசித்த வாறு நீச்சல் குளத்தின் அருகே போடப்பட்டிருந்த அதே மேசையின் முன்தான் எப்பொழுதும் அவர்கள் கூடுவார்கள். இயற்கையின் வனப்பை அவர் அப்படி ரசிப்பதைப் பார்க்க எனக்குப் பொறாமையாக இருந்தது. அந்த மலைகளும் குன்று களும் என் சகோதரிகளைப் போலத் தோன்றின. அவர்களுடைய ஆடைகளை அந்த ஆள் தன் பார்வையால் களைவது போன்ற உணர்ச்சியால் துடித்தேன்.

1979ஆம் ஆண்டு, ஜூலை 14ஆம் தேதி இரவு, ஏழரை மணிக்கு, நம்மை ஓட்டல் மேலாளர் கூப்பிடுகிறார் என்று என் அறையில் இருந்த நண்பரிடம் சொல்லிவிட்டு அங்கிருந்து இறங்கினேன். நான் சொன்னதை அவர் கண்டுகொள்ளவே இல்லை.

"பக்கத்து வீட்டு நண்பர்களைப் பார்க்க அவள் அப்பா வீட்டில் இருந்து வெளியே போனாள். என்னைப் பார்த்து 'ஹலோ' கூட சொல்லாமல் போனாள். என் அழகுப் பெண்ணுக்குக் கோபமோ என்னவோ..." என்ற பாடலில் மூழ்கிப்போய் இருந்தார்.

ஏதோ குற்றவாளியைப்போல வேக வேகமாகப் படிக்கட்டு களில் இறங்கினேன். ஒருவேளை என் மேல் ஏதாவது சந்தேகம் எழுந்துள்ளதா? ஏதாவது ஒரு அற்ப காரணத்துக்காக என்னைப் பற்றித் தகவல் கொடுத்துவிட்டார்களா? ஓட்டலில் இருந்த பெரிய ஹாலில் எல்லா ஊழியர்களும் கூடியிருந்தார்கள். நுழைந்தவுடன் எனக்கு ஆச்சரியமாக இருந்தது. மேலாளரைத் தவிர எல்லோருடைய முகத்திலும் உற்சாகத்தைக் காண முடிந்தது. மேசைகளில் ஷாம்பேன் பாட்டில்கள் அணிவகுத்து நின்றன. ஏதோ ஒரு திருமணமோ பிறந்த நாள் கொண்டாட்டமோ நடந்துகொண்டிருக்கும் என்று நினைத்தேன். என் அறையில் இருக்கும் நண்பர் தாமதமாக வந்து விருந்து நடக்கும் கூடத்தின் வாயிலிலேயே சாய்ந்தபடி நின்றுகொண்டார்.

பச்சைநிறக் கோட்டுடன் வந்த ஓட்டல் மேலாளர் கைகளை அகல விரித்தபடி எங்களை வரவேற்று எல்லோரையும் உட்காரச் சொன்னார். அவரும் உட்கார்ந்துகொண்டார். என்னை ஏன் வரச் சொன்னார்கள் என்பது இன்னமும் எனக்குப் புதிராகவே இருந்தது. வாயைத் திறக்காமல் இருந்த அவரை நான் ஆவலுடன் கவனித்துக்கொண்டிருந்தேன். அவர் பேசுவதற்கு வார்த்தைகளைத் தேடிக்கொண்டிருந்தார். ஒரு வழியாகப் பேசத் தொடங்கினார். "இன்று இரவு எட்டு மணிக்கு நமது அதிபர் அஹமது ஹசான் அல் பகீர்..." என்று அவர் அதிபரின் பெயரை

உச்சரித்த மாத்திரத்திலேயே சாவி கொடுத்த பொம்மைபோலக் கைதட்டினோம். ஆனால் இயக்குநரோ எங்களை நிறுத்தி, "பதவி விலகிவிட்டார்" என்று முடித்தார். அறையில் அமைதி நிலவியது. நான் உடனே ஏதோ ஆட்சிக் கவிழ்ப்பு நடந்துவிட்டது என்று நினைத்தேன். ஆனால் மேலாளர் தம்முடைய பேச்சைத் தொடர்ந்தார். "எனவே துணை அதிபர் சதாம் உசேன் மேன்மை தாங்கிய அதிபராகிவிட்டார்" என்று அறிவித்தார். இப்பொழுது கைதட்டுவதா வேண்டாமா என்று எங்களுக்குத் தெரியவில்லை. அவருடைய கைக்கடிகாரத்தைப் பார்த்துவிட்டு தொலைக் காட்சிப் பெட்டியின் சுவிட்சை அழுத்தினார். திரையில் அல் பக்கீர் நேரில் தோன்றினார். மேலாளர் எங்களிடம் கூறியதை ஏறக்குறைய ஒரு வார்த்தைகூட மாறாமல் அப்படியே திருப்பிச் சொன்னார். இறுதியாக, "இனி மக்களும் பாத் கட்சியினரும் புதிய அதிபருக்கு விசுவாசமாக இருப்பார்கள் என்று நம்புகிறேன்" என்று சொல்லி உரையை முடித்துக்கொண்டார். இவ்வளவு சோகமான முகத்துடன் அதிபரை நாங்கள் இதுவரை பார்த்த தில்லை. துணை அதிபருக்கு இருக்கும் அதிகாரத்தைப் பெற அல் பக்கீர் விரும்பினார் என்பது எங்களுக்கு நீண்ட நாட்களாகவே தெரியும்.

அடுத்ததாக, புதிய அதிபரான சதாம் உசேனின் படம் திரையை அடைத்து நின்றது. அவருடைய படம் காட்டப்பட்ட போது அறிவிப்பாளர் உற்சாகமாகப் புகழ்ந்துகொண்டிருந்தார். மேலும், பாத் இனத்தின் பெருமையைப் போற்றும் பாடல்களும், அரேபிய நாட்டின் 'இறைத்தூது'ம் கேட்டன. இராணுவ இசைக்கு ஏற்றவாறு ஷாம்பேன் பாட்டில்கள் திறக்கப்பட்டன. முதல் முறையாக அந்தப் பானத்தைச் சுவைத்துப் பார்த்தேன். இது புதிய அதிபரின் விருப்பத்துக்கேற்ப பாத்கட்சி அளித்த விருந்து. நாங்கள் குடித்துக்கொண்டிருந்தபோதே மேலாளர் வெளியே போனார். அந்த ஓட்டலில், பழைய அதிபர் புதிய அதிபர் ஆகிய இருவரின் பெரிய படங்களும் இருந்தன. 'காக்டெயில்'* முடிந்ததும், அல் பக்கீர் படங்கள் அனைத்தையும் கழற்றிவிடும்படி எங்களுக்குக் கட்டளை வந்தது. 1968ஆம் ஆண்டு முதலே இந்தப் புதிய அதிபரைப் பற்றி நான் தெரிந்து வைத்திருந்தேன். என் அப்பாவின் வானொலியோ, சதாமை 'தாக்ரீத்தின் போக்கிரி' என்று குறிப்பிடும். நானும் அவருடன் சேர்ந்து வளர்ந்திருக்கிறேன். யாரும் எந்தக் கருத்தையும் உதிர்க்காமல், தங்கள் அறைகளுக்குத் திரும்பினோம். அந்த நபர் உதவி அதிபராக இருக்கும்போதே அவரைக் கண்டு பயப் பட்டோம். இப்பொழுது அவர் அதிபராகவும் ஆகிவிட்டதால், பேசாமல் போய்ப் படுத்துத் தூங்குவதுதான் உத்தமம்.

---

* மது விருந்து

என்னிடம் பாத் இளைஞர்கள் அடையாள அட்டை இல்லாததால், என் விசா முடியும் காலக்கெடுவுக்குப் பத்து நாட்கள் முன்னதாகவே என்னை வேலையைவிட்டு வெளியே அனுப்பிவிட்டார்கள். எனக்கு உண்மையிலேயே சந்தோஷமாக இருந்தது. என் குடும்பத்தைப் பிரிந்து இருப்பது கஷ்டமாக இருந்தது. அவர்களை விட்டு வெகு தொலைவில் வசிப்பது எனக்கு அதுதான் முதல் தடவையாகும். எனவே பல அனுபவங்களைத் தந்த அந்தக் கோடை விடுமுறையைக் கழித்தபின் வீடு திரும்பினேன்.

பள்ளி மீண்டும் திறந்தபோது, எங்களுக்குப் புதியதாக ஒரு கணித ஆசிரியர் வந்தார். அவரைப் பார்த்த உடனே அவர் ஒரு அரேபியர் என்பதையும் பாத் கட்சிக்காரர் என்பதையும் நான் ஊகித்துவிட்டேன். என் கைகளின் முட்டிகளை மேசைமேல் ஊன்றி, தலையை என் கைகளில் புதைத்து, "பாழாய்ப் போக! ஏற்கனவே கணக்கில் நான் சூன்யம். இந்த ஆளுடன் அவ்வளவு தான், நான் தீர்ந்தேன்" என்று எனக்குள் புலம்பினேன். கரும்பலகையின் முன்பாக நடந்தபடியே, "என் பெயர் ஜேக்கப்" என்று அறிமுகம் செய்துகொண்டார். பிறகு நாங்கள் ஒவ்வொரு வராக எங்கள் பெயரைச் சொன்னோம். எங்களைத் திரும்பிகூடப் பார்க்காமல், கரும்பலகையின் முன்பாகத் தொடர்ந்து நடந்து கொண்டே எங்களிடம் ஒரு கேள்வியை வீசினார்: "நீங்கள் எந்த மொழியில் பேசுகிறீர்கள்?" அவருடைய கேள்வியில் பொறி இருக்கிறது என்பது எனக்குத் தெளிவாகத் தெரிந்தது. யாரும் பதில் சொல்லவில்லை. அடக்க முடியாத நாட்டுப்பற்றின் பெருமிதத் துடன் கறாரான தொனியில், "இங்கு மொழி பற்றிய பிரச்சனை இல்லை. நாங்கள் குர்தியர்கள். அவ்வளவுதான்" என்று வெடுக் கென்று பதில் சொன்னேன். ஆசிரியர் நின்று, "தம்பி, அமைதியாக இரு. கோபப்படாதே! நானும் குர்தியன்தான். . ." என்றார். அவர் கூறியது எங்களை ஆச்சரியத்தில் ஆழ்த்திவிட்டது. நம்ப முடியாமல் நாங்கள் அவரைப் பார்த்துக்கொண்டிருந்தோம். அடுத்த நாள், என் அண்ணன் திலோவானின் நண்பர் ஒருவருடன் அவர் நடந்து செல்வதைப் பார்த்தபோது என் சந்தேகம் தீர்ந்தது.

என் அண்ணன், வீட்டுக்கு வரும்போதெல்லாம், எங்கள் வீட்டுத் தோட்ட நிழலில் நின்றபடி ஜமீலுடன் மணிக்கணக்கில் பேசிக்கொண்டிருப்பான். பேச்சு எப்பொழுதும் போரைப் பற்றி தான் இருக்கும். ஏனென்றால், மலைகளுக்கு வெளியே குர்தியர்களுக்கு நண்பர்கள் கிடையாது. ஆயிதூனாக இருப்பதால், திலோவான் இனி ஆசிரியராகப் பணியாற்ற முடியாது. ஏதாவது புதிய வேலையைத் தேட வேண்டிய கட்டாயத்தில்,

எப்ரில் நகரில் ஆல்ட்ரேஷன் செய்யும் ஒரு தையல்காரரிடம் வேலைக்குச் சேர்ந்தான்.

ஜேக்கப்பைப் பற்றி நான் நினைத்திருந்தது சரிதான். எங்கள் அரசியல் உணர்வைத் தெரிந்துகொள்ள விரும்பி யிருக்கிறார். ஆனால் நல்ல நோக்கத்துடன் கேட்டிருக்கிறார். நான் அவரை மிகவும் துணிச்சலான மனிதராகப் பார்த்தேன். காரணம், பொதுவாகப் பள்ளிகளில், பாத் கட்சிக்கு உழைப்பவர்கள்தான் பெரும் அளவில் இருப்பார்கள். விரைவிலேயே நாங்கள் நல்ல நண்பர்களானோம். அவர் வீட்டுக்கு என்னை அழைத்து, பெர்னார்ட்ஷா, ரெழிஸ் தெப்ரே ஆகியோர் எழுதிய நூல்களை வாசிக்கக் கொடுத்தார். அந்தப் புத்தகங்களைப் படிக்க எனக்கு ஒரு வாரம் அவகாசம் கொடுத்தார். அவை தடை செய்யப்பட்ட புத்தகங்களாக இருந்ததால், நிறைய வாசகர்கள் அவற்றைக் கொண்டு போகக் காத்திருந்தார்கள். கார்க்கியின் 'தாய்', சார்த்தரின் 'இருத்தலும் இல்லாமையும்' ஆகிய நூல்களையும் எதுவும் புரியாமலேயே முழுமையாகப் படித்தேன். அநேகமாக அரேபிய மொழிபெயர்ப்பாளருக்கும் அப்படித்தான் இருந்திருக்கும் என்று நினைக்கிறேன். இந்த நூல்களை ஒரு வாரம் கால தாமதமாகத் திருப்பிக் கொடுத்தேன். என்னைப் பொருத்தவரை, தடை செய்யப்பட்ட புத்தகங்களை வாசிப்பது நாட்டுப்பற்றுடைய ஒருவனின் தேசியக் கடமையாகும். ஜாக் லண்டனின் 'இரும்புக் குதிகால்' என்ற புத்தகத்தை ஆர்வமுடன் படித்தேன். இந்த நூலின் கதாநாயகன் எர்னெஸ்தோவை மிகவும் பிடித்ததால் சேகுவாரா அந்தப் பெயரைத் தனக்கு முதல் பெயராக வைத்துக்கொண்டார் என்ற தகவலை அறிந்து கொண்டேன். இப்படி நிறைய படித்ததில், பிரெஞ்சுப் புரட்சியைக் குறித்து தெரிந்துகொண்டேன். மேலும், நேருவின் 'உலக வரலாற்றுப் பார்வைகள்' என்ற நூலில் குர்தியர்களைப் பற்றி அவர் பேசுவதை வாசித்தேன். எங்கள் ரகசிய வட்டத்தில் வாசிப்பவர்கள் தங்களுக்குள் அறிமுகம் செய்துகொள்வதற்காக சிலச் சங்கேதச் சொற்களையும் வாக்கியங்களையும் பரிமாறிக் கொள்வோம். ஆனால், எங்கள் நடவடிக்கைமீது யாருக்கும் சந்தேகம் வராத அளவுக்குப் பார்த்துக்கொண்டாக வேண்டும். எனக்கு வாசிக்கக் கொடுத்த புத்தகங்களின் நடுவில் ஜேக்கப் சில துண்டறிக்கைகளை வைத்துத் தருவார். இதில் எவ்வளவு அபாயம் இருக்கிறது என்று எனக்குத் தெரியும். என்னிடம் இருக்கும் துண்டறிக்கைகளில், ஒரே ஒரு நோட்டீசை யாராவது கைப்பற்றினாலும் போதும், அதுவே என் உயிருக்கு நாள் குறித்து விடும். பாத் கட்சி ஒருபுறம் கண்காணித்தபடியே இருந்தது. சுதந்திரம் பெற்றுவிட வேண்டும் என்ற கனவும், தணியாத தாகமும் எங்களிடம் மறையாமல் இருந்தது. 1975ஆம் ஆண்டில் எங்களுக்கு

ஏற்பட்ட தோல்வியில் இருந்து மீண்டு எழும் முயற்சியில் ஈடுபட்டோம். ரகசியக் குழுக்கள் ஆங்காங்கே மீண்டும் கூடிச் செயல்பட ஆரம்பித்தன.

ஒரு நாள், ஜேக்கப் என்னிடம் வந்து, துப்பாக்கியால் சில குண்டுகளைச் சுடும் அளவுக்குத் துணிச்சல் உண்டா என்று என்னைக் கேட்டார். சுடுவேன் என்று அவருக்கு உறுதியளித்தேன். என்னிடம் ஒரு துப்பாக்கியைக் கொடுத்தார். அது பெரிய குழலுடன் பதினாறு குண்டுகள் கொண்ட துப்பாக்கி. என் அப்பாவிடம் இருந்த புருனோவை விடவும் மேலும் பழைய தாகவும் துருப்பிடித்துப் போயும் இருந்தது. அது அனேகமாகச் சுடாது என்று நினைத்தேன். அதைப் பயன்படுத்துவதற்கு முன்பாகப் பரிசோதித்துப் பார்க்கும்படிக் கூறிய ஜேக்கப் என்னிடம், “முதலில் ஈரமான தலையணையில் ஒரு குண்டைச் சுட்டுப்பார்” என்றார். நான் துப்பாக்கியை எடுத்து ஒரு செய்தித் தாளில் சுற்றி அதை ஒரு சாதாரண பிளாஸ்டிக் பைக்குள் வைத்து, தக்காளிகளை அதன்மேல் போட்டு பையை நிறைத்து கொண்டு வீட்டுக்குப் புறப்பட்டேன். நான் கடந்தாக வேண்டிய தெருவில், ஒரு பக்கம் பாத் கட்சியின் அலுவலகமும், இன்னொரு பக்கம் பாத் கட்சி ஊழியர்கள் வசிக்கும் வீடுகளும் இருந்தன. அந்த வழியாகச் சென்றபோது, யாருக்கும் சந்தேகம் வந்துவிடக் கூடாது என்பதால் எந்த பக்கம் என் பார்வையைச் செலுத்துவது என்று தெரியாமல் விழித்தேன். தெருவுக்குள் நுழைந்துவிட்டேன். ஆனால், கட்சி அலுவலகத்துக்கு எதிரில் வந்தபோது, அங்கு வாசலில் இருந்து யாரோ ஒருவர் என்னைக் கூப்பிட்டார். நான் திரும்பிப் பார்த்தேன். அங்கே என் ஆசிரியர் ஒருவரைக் கண்டேன். அவர் பாத் கட்சியின் உறுப்பினர். என்னை அவர், ஒரு ஆசிரியர் தன் மாணவனைக் கூப்பிடும் முறையில் கூப்பிட வில்லை. ஒரு மேல் அதிகாரி சிப்பாயைக் கூப்பிடுவதுபோலக் கூப்பிட்டார். என்னிடம் நெருங்கிவந்து, “என்ன சௌக்கியமா? ஊரில் என்ன விசேஷம்?” என்று பொதுவாக விசாரித்தார் ‘எல்லாம் நல்ல விதமாகப் போய்க்கொண்டிருக்கிறது’ என்பது போல் எதையோ அவரிடம் பதிலாகச் சொல்லிக்கொண்டிருக்கும் போதே, பல விஷயங்கள் மனத்திரையில் ஓடிக்கொண்டிருந்தன. அவர் இதோடு நிறுத்தாமல் மேற்கொண்டு தொடர்ந்தால் அவரைத் துப்பாக்கி எடுத்துச் சுட எவ்வளவு நேரம் ஆகும், சுட்டுவிட்டு எனக்கு நன்கு பரிச்சயமான தோட்டத்துக்குள் ஓடி மறைய எவ்வளவு நேரம் ஆகும், நான் ஓடும்போது, யாரிடமும் பிடிபடாமல் தப்பிக்க எந்தெந்த வழியாகச் செல்ல வேண்டும், இப்படிப் பல விஷயங்களைக் குறித்துக் கணக்குப் போட்டுப் பார்த்தேன். நான் வைத்திருந்த பிளாஸ்டிக் பையைச் சற்றே நோட்டமிட்டவர், என் அருகே ஒரு நிமிடம்தான் நின்றிருப்பார்.

எனக்கு அது ஒரு யுகம்போலத் தோன்றியது. பிறகு அவர் அலுவலகத்துக்குள் சென்றுவிட்டார். என் இதயம் படபடத்து அடங்கியது.

வீட்டுக்குத் திரும்பியதும், நேராக எங்கள் தோட்டத்துக்குப் போனேன். அங்கிருந்த மாதுளைமரத்துக்குக் கீழ் மண்ணுக்குள் அந்தத் துப்பாக்கியைப் புதைத்து வைத்தேன். சில நாட்கள் கழித்து, அதைப் பயன்படுத்தும் நாள் நெருங்கவே, மறைத்து வைத்திருந்த அந்த இடத்தைப் போய்ப் பார்த்தேன். மண்ணெல்லாம் கலைக்கப் பட்டு இருந்தது. ஆனால், துப்பாக்கி அங்கேயேதான் இருந்தது. என் அண்ணன் ரோஸ்தாம் அங்கு வந்தார். என்னைப் பார்த்து, “உங்களுக்கு உதவி செய்ய யாராவது தேவைப்பட்டால் நான் இருக்கிறேன்” என்றார். மரங்களுக்கு நீர் ஊற்றும்போது நான் மறைத்து வைத்த இடத்தைக் கண்டுபிடித்திருக்கிறார்.

குறிப்பிட்ட நாள் வந்ததும், தோட்டத்துக்குப் போனேன். அங்கே என் அண்ணன் திலோவானும் அவருடைய நண்பர் ஜமீலும் இருப்பதைப் பார்த்தேன். அவர்கள் அங்கிருந்து கிளம்பும் வரை காத்திருக்க வேண்டியிருந்தது. நேரம் ஓடிக்கொண்டே இருந்தது. அவர்கள் நகருவதாக இல்லை. நான் போய் வேலையை முடிக்கக் குறித்து வைத்திருந்த நேரம் நெருங்கிக்கொண்டிருந்தது. ஒரு வழியாக அவர்கள் அங்கிருந்து புறப்பட்டார்கள். ஆனால், என் துப்பாக்கியைப் பரிசோதித்துப் பார்ப்பதற்கு போதிய அவகாசம் இல்லை. நான் சரியாக இரவு எட்டு மணிக்கு ரெஸ்டாரன்டை அடைந்தாக வேண்டும். எனவே அதை எடுத்துக் கொண்டு ஓட்டமும் நடையுமாகக் கிளம்பினேன். பாதுகாப்புத் தலைமை அதிகாரி வழக்கமாக இரவுகளில் குடிப்பதற்காக அங்குதான் வருவார். அந்த ரெஸ்டாரன்டு எதிரில் சரியாக எட்டு மணிக்குப் போய்ச் சேர வேண்டும். நாங்கள் தாக்குதல் நடத்தத் திட்டமிட்டிருந்த அந்த இடத்தில் ஏற்கனவே ஒரு நண்பர் வந்து காத்திருந்தார். பார்ப்பதற்கு அரேபியர் போலிருந்த என் ஆசிரியர் ஜேக்கப் நாங்கள் தயாராக இருப்பதைப் பார்த்த அடுத்த நொடி ரெஸ்டாரன்டின் நுழைவாயிலைக் கடந்து விட்டார். அந்தப் பாதுகாப்புத் தலைவர் தோட்டத்தில் உட்கார்ந்து விட்டாரா என்பதை எங்களுக்குத் தெரிவிக்க வேண்டும். நாங்கள் வாயில்சுவரைத் தாண்டிக் குதித்து அவரைக் கொல்ல வேண்டும். காரியத்தில் இறங்க அவருடைய சமிக்ஞைக்காகத் தயாராகக் காத்திருந்தோம். அப்பொழுது எங்கள் கூட்டத்தைச் சேர்ந்த நான்காவது ஆள் அங்கு வந்து, எல்லாவற்றையும் நிறுத்தும்படிக் கட்டளையிட்டார். ஏனெனில், அந்த ரெஸ்டாரன்டைச் சுற்றி சிவில் உடையில் போலீசார் சூழ்ந்திருப்பதாகத் தகவல் அளித்தார்.

அண்ணன் திலோவானும் அவருடைய நண்பர் ஜமீலும் எங்கேயோ போய்விட்டார்கள். என் அண்ணி மட்டுமே ஒரு மறைவிடத்தில் இருந்தார்.

மூன்று மாதங்கள் கழித்து, என் அப்பாவின் பழைய வானொலியில் "இது வாய்ஸ் ஆப் குர்திஸ்தான். . ." என்ற என் அண்ணனின் நெகிழ்ச்சியான குரலை நாங்கள் கேட்டோம். அது கிளர்ச்சிப் படையின் ரகசிய வானொலியாகும். மீண்டும் எங்கள் தேசிய கீதமான, 'ஏ ரகீப்' – "ஒ நண்பர்களே, உறுதியாக இருங்கள், குர்திய மக்கள் உயிருடன்தான் இருக்கிறார்கள்" எனும் பாடல் ஒலித்தது. ஆனால், இந்த முறை, என் அப்பா, "இன்னும் ஒரு வருடத்தில் நாம் சுதந்திரம் பெற்றுவிடுவோம்" என்று முன்பெல்லாம் சொல்லிக்கொண்டிருந்ததைப் போல எதுவும் சொல்லவில்லை. மயக்கத்தில் இருந்து மீண்டுவிட்ட அவர் வானொலியை நிறுத்திவிட்டார். எங்களுக்குப் பயமாக இருந்தது. ஏனென்றால், என் அண்ணனைத் தெரிந்தவர் யாராக இருந்தாலும் அவர் குரலை எளிதில் கண்டுபிடித்துவிடலாம். அது எங்கள் அனைவருக்கும் மிகவும் ஆபத்தாக முடியும். என் அம்மா கூறியதைப் போல, நாங்கள் அப்பொழுது 'சூறாவளி யின் நடுவில்' இருந்தோம். என் அண்ணன் குரலைக் கேட்டதாக அண்டை வீட்டில் யாராவது சொன்னால்கூட அது அவர் கிடையாது என்று நாங்கள் கோபமாக மறுத்துவிடுவோம். ஏனென்றால், துப்பு ஏதாவது கொடுத்துவிடுவார்களோ எனும் பயம்.

'உள்ளே வர அனுமதி இல்லை' என்ற வாசகம் தாங்கி நின்ற அலுவலகத்திலிருந்து என்னைக் கூப்பிட்டதாக ஆள் வந்தது. அங்கிருந்த பாதுகாப்பு ஊழியர் என்னை உட்கார வைத்து, "சரி, பாத் இளைஞர்கள் அமைப்பில் எப்பொழுது சேரப் போகிறாய்?" என்று நேரடியாகக் கேட்டார். "அது ஒரு நல்ல அமைப்புதான். ஆனால் நான் இன்னும் இதைப் பற்றிச் சிந்திக்கவில்லை" என்று பதில் சொன்னேன். அவர் விடாமல், "இங்கே கவனி, பள்ளிக்கூடம், புத்தகம், நோட்புக் என்று உங்களுக்கு எல்லா வற்றையும் வழங்குவது கட்சிதான். எனவே, கட்சிக்கும் அதனுடைய கொள்கைகளுக்கும் விசுவாசமாக இருக்க வேண்டியது நம்முடைய கடமை" என்று வலியுறுத்தினார். என் தாடையில் அரும்ப ஆரம்பித்திருந்த பூனை முடியைத் தேய்த்த படியே, இந்தச் சூழ்நிலையில் இருந்து எப்படித் தப்புவது என்று யோசித்துப் பார்த்தேன். ஆனால் எந்த வழியும் தோன்ற வில்லை. என்னைக் கவனித்தவர், என்னைப் பார்த்து, "அது என்ன? ஹோசிமின்னின் தாடியா?" என்று கேட்டார். ஒன்றும் தெரியாதது போல், "அவர் யார் என்று எனக்குத் தெரியாது. இது

லியோனார்டோ டாவின்சியின் தாடி என்று வைத்துக் கொள்ளலாம்" என்றேன். என்னை அங்கிருந்து புறப்பட அனுமதிக்கும் முன், அவர் என்னிடம், "நாங்கள் பொறுமையாக இருக்கிறோம். நீ யோசித்துப் பார்க்க இன்னும் கொஞ்சம் அவகாசம் இருக்கிறது" என்றும் சொன்னார். வாசல் அருகே என்னை நிறுத்தி, "நினைவிருக்கட்டும். உன் அண்ணன் யார் என்பது எங்களுக்குத் தெரியும்" என்று எவ்வித உணர்ச்சியையும் வெளிக்காட்டாத தொனியில் கூறினார்.

நான் அப்படியே நொறுங்கிப் போனேன். அப்படி யென்றால், பாதுகாப்புப் படை ஆட்களுக்கு என் அண்ணன் தான் குர்தியக் கிளர்ச்சியாளர்களின் புதிய வானொலி அறிவிப்பாளர் என்பது தெரிந்துவிட்டது. நான் பள்ளிக்கூடத்தில் இருக்கப் போகும் நாட்கள் எண்ணப்பட்டு வருகின்றன என்பதை உணர்ந்துகொண்டேன். அதனால் ஒன்றும் குடி முழுகிவிடாது.

அதிபரிடமிருந்து ஒரு புதிய ஆணை வந்தது. அதன்படி, பதினெட்டு வயதைக் கடந்த மாணவர் யாராவது பட்டம் பெறாமல் இருந்தால், அவர் இராணுவ சேவைக்குச் செல்ல வேண்டும். நான் இன்னும் உயர் நிலைப்பள்ளியிலேயே இருந்தேன். நான் நான்கு ஆண்டுகள் பின் தங்கி இருப்பதால், எப்படிக் கணக்குப் போட்டுப் பார்த்தாலும், பதினெட்டு வயதில் எனக்குப் பட்டம் கிடைக்காது. நான் ஒரு நீதிபதியாகவோ வழக்கறிஞராகவோ வர முடியாது.

நகர மன்றத்தில் பதிவுகள் பிரிவைக் கவனிக்கும் ஊழியர் ஒருவரை என் அப்பாவுக்குத் தெரியும். என்னுடைய ஆவணங் களையெல்லாம் சேர்த்து எடுத்துக்கொண்டு நகர மன்றத்துக்குப் புறப்பட்டோம். வழியில் கடைத்தெருவுக்குச் சென்று, இரண்டு கொழுத்த சேவல்களை அப்பா வாங்கிக்கொண்டார். நகர மன்றத்தை நோக்கித் தொடர்ந்து நடந்தோம்.

அந்த ஊழியரிடம் வந்து சேர்ந்ததும், நாங்கள் உட்கார்ந்து கொண்டோம். என் கால்கள் அருகில் அந்த இரண்டு சேவல்களும் இருந்தன. உரையாடல் தொடங்கியது. "ஷெரோ சார், நான் உங்களுக்கு என்ன செய்ய வேண்டும்?" என்று அந்த ஊழியர் கேட்டார்: அவர் பக்கம் சாய்ந்தபடி, என் அப்பா, "இதோ இருக்கிறானே ஆசாத், இவன் பிறப்பதற்கு நான்கு ஆண்டு களுக்கு முன் எனக்கொரு மகன் பிறந்தான். அவன் பெயரும் ஆசாத்தான். அவன் இறந்துவிட்டான். இவன் பிறந்தபோது இவனுக்கும் ஆசாத் என்று பெயர் வைத்தேன். இரண்டு பேருக்கும் ஒரே பெயர் இருக்கவே, முதல் குழந்தையின் பதிவையே இரண்டாம் குழந்தைக்கும் பயன்படுத்திக்கொண்டோம். அந்த

நேரத்தில் வயது பிரச்சனை, பள்ளிக்கூடம், இராணுவ சேவை என்று எதைப் பற்றியும் நான் யோசித்துப் பார்க்கவில்லை. இப்பொழுது, இந்த நிலைமையை ஒழுங்குப்படுத்த விரும்பு கிறேன். அதற்கு, என் முதல் குழந்தை ஆசாத்துக்கு இறப்புச் சான்றிதழும், உயிரோடு இருக்கும் இவனுக்குப் பிறப்புச் சான்றிதழும் பெற்றாக வேண்டும். எனவே, இவனை நான்கு ஆண்டுகள் பின்னோக்கி நகர்த்தி இளமையாக்க வேண்டும்."

அந்த ஊழியர் நீண்ட நேரம் யோசித்தார். பிறகு பழைய பதிவேடுகளைத் திறந்து புரட்டிப் பார்த்தார். பதிவேட்டை மூடி வைத்துவிட்டு எழுந்தார். "ஒரு மகனை மறைத்து, இந்த மகனுக்குப் பிறப்பு தருவது மிகவும் கடினமான விஷயம்" என்று கைவிரித்தார். என் அப்பா விடவில்லை. "இங்கே பாருங்கள், எனக்கு வாழ்க்கையில் இரண்டு கனவுகள். முதல் கனவு, அதை நான் உங்களுக்குச் சொல்லமாட்டேன் (அதை நான் கண்டுபிடித்து விட்டேன்). இரண்டாவது கனவு, என் மகன் உயர்நிலைக் கல்விக்குப் போவதை நான் பார்க்க வேண்டும். அப்பொழுது தான் அவன் நீதிபதியாகவோ வழக்கறிஞராகவோ வர முடியும். இப்பொழுது, எந்தக் கனவும் நிறைவேறாமல் சாகப்போகிறேன்" என்று முடித்தார். அந்த ஊழியர் ஒரு சிகரெட்டை எடுத்துப் பற்றவைத்தார். இந்தப் பிரச்சனையைச் சமாளிக்க இரண்டு சேவல்கள் போதாது என்பதை அப்பா புரிந்துகொண்டார். இருக்கையில் இருந்து எழுந்து ஊழியர் அருகே சென்று, தன் பாக்கெட்டில் இருந்து இரண்டு தங்கக் கம்மல்களை எடுத்து அவரிடம் நீட்டினார். "இதை வைத்துக்கொள்ளுங்கள். எங்களிடம் மீதம் இருக்கும் கடைசி தங்க நகைகள் இவை மட்டும்தான்." நகையை அந்த ஊழியரின் கைகளில் வைத்தபடி, "ஏதாவது செய்து முடியுங்கள்" என்று வலியுறுத்தினார். கம்மல்களை வேகமாக நோட்டமிட்ட பின் அந்த ஊழியர் அதைத் தன்னுடைய மேசை டிராயருக்குள் போட்டுக்கொண்டார். "ஷெரோ சார், போய் நாளைக்கு வாங்க. நான் என்ன செய்ய முடியும் என்று பார்க்கிறேன்" என்று எங்களுக்கு விடைகொடுத்தார். எங்க ளுடைய பதிவுகளை அவரிடம் கொடுத்துவிட்டோம். அப்பா என்னைப் பார்த்து அந்த இரண்டு சேவல்களை எடுத்துக் கொள்ளும்படி சாடை காட்டினார். அங்கிருந்து புறப்படுவதற்கு முன், அந்த ஊழியரிடம், "உங்கள் வீடு எங்கிருக்கிறது என்று என் பையனிடம் சொல்லுங்கள்" என்று கூறினார். அடுத்த நாள், அதே அலுவலகத்துக்கு நான் போய் திரும்பியபோது, என் பிறந்த தேதி 1960லிருந்து 1964க்கு மாறியிருந்ததைப் பார்த்தேன். அந்த ஊழியர் என் அப்பாவிடம், காதோரமாக, "நான் இதைச் செய்வதற்குக் காரணம் நான் ஒரு உண்மையான குர்திய தேச பக்தன்" என்று கூறியதைக் கேட்டேன். சேவல்களாய்

அப்பாவின் துப்பாக்கி

இருந்தால் என்ன, தேசப்பற்றாய் இருந்தால் என்ன? அது முக்கியமில்லை. என் பிரச்சனை தீர்ந்ததே அது போதும் என்று நான் நினைத்துக்கொண்டேன்.

வீட்டுக்குத் திரும்பிக்கொண்டிருக்கும்போது, பாதி வழியில், என் அப்பா என்னை நிற்கும்படி சைகை செய்தார். அவர் மிகவும் சோர்ந்து போய் இருந்தார். எனவே ஓய்வெடுப் பதற்காக உட்கார்ந்தார். அவருக்கு வயதாகிவிட்டதைக் கவனித்தேன். அவர் செய்துள்ள தியாகத்தை நினைத்து மிகவும் நெகிழ்ந்துபோனேன். என் படிப்பைத் தொடர வேண்டும் என்பதற்காகக் கடைசியாக அவர் வைத்திருந்த தங்கக் கம்மல் களையும் கொடுத்துவிட்டார். நாங்கள் மீண்டும் நடக்க ஆரம்பித்தோம். நான் சிரித்துக்கொண்டே அப்பாவிடம், "அப்பா, அந்த ஊழியர் என் பிறந்த தேதியை மாற்றியதற்குக் காரணம் நீ தளபதியின் அந்தரங்கத் தகவல் தொடர்பாளர் என்று அவருக்கு தெரிந்ததால்தான்" என்று சொன்னேன். மெல்லிய மலர்ந்த முகத்துடன் என்னைப் புன்னகையுடன் பார்த்தார். நீண்ட நேரம் எதுவும் பேசவில்லை. பிறகு எச்சிலை விழுங்கிக்கொண்டு, "தம்பி, நீ உயர்நிலைப் பள்ளிக்குப் போக வேண்டும். ஆனால், நீதிபதியாகவோ வழக்கறிஞராகவோ வர வேண்டாம். நான் மன்னர் காலத்தை யோசித்து அப்படிச் சொல்லிக்கொண்டிருந்தேன். இப்பொழுது, நாம் வேறு உலகத்தில் இருக்கிறோம். மக்களுக்காக போலீஸ் நிறைய செய்கிறார்கள். நீதிபதி, வழக்கறிஞர் ஆகியோர் செய்யும் வேலையைக்கூட அவர்கள் செய்கிறார்கள். உனக்கு என்ன விருப்பமோ அதைச் செய். ஆனால், ஷெரோசலிம் மலேயின் மகனான ஆசாத் உயர்நிலைக்கல்வி முடித்து ஒரு பட்டத்தைப் பெற வேண்டும் என்பதுதான் எனக்கு முக்கியம்" என்று அவரது ஆசையை மீண்டும் நினைவூட்டினார். அவர் அப்படியே நின்று, என்னை உற்றுநோக்கி, "நிச்சயமாக?" என்றார். "நிச்சயமாக" என்று நான் பதிலுக்கு உறுதியளித்தேன்.

எனக்கு விழிப்புணர்வு காலம் தொடங்கியது. ஓவியம், புத்தகங்கள், என் கணித ஆசிரியர், சார்த்ர், பெர்னாட்ஷா இப்படிப் பல விஷயங்கள் என்னைக் குழந்தைப் பருவத்திலிருந்து விடுபடச் செய்தன. ஜெமால், அகோ, இமாத் என எனக்குப் புது நண்பர் களின் அறிமுகம் கிடைத்தது. ஜெமால், விவசாயத் தொழில் நுட்பப்பள்ளி மாணவர். அகோ, ஆசிரியர் பயிற்சிப் பள்ளியில் பயில்பவர். இமாத் எங்கள் இசைக் குழுவைச் சேர்ந்தவர். இமாத் அருமையாக லுய்த் கருவியும் வயலினும் வாசிப்பான். நாங்கள் அடிக்கடி அகோ வீட்டில் கூடி நேரத்தைக் கழிப்பது மிகவும்

சந்தோஷமாக இருக்கும். குறிப்பாக எனக்கு அதிக உற்சாகம். காரணம், அவனுடைய தங்கை நாஸிக் என்னை நேசித்தாள். கருப்புக் கண்களும், நீளமான கூந்தலும், மாநிறமும் கொண்ட அந்தச் சின்னப் பெண் எப்பொழுதும் சுறுசுறுப்பாக இருப்பாள். அவள் வீட்டிலிருந்து நான் புறப்படுவதற்கு முன், என் சட்டையில் காதல் கடிதங்களைச் சொருகிவிடுவாள். அவள் என்னுடன் அதிக நெருக்கம் வைத்திருப்பதைக் காட்ட, அவளுடைய காதலையும், அழகையும் விவரிக்கும் வார்த்தைகளுக்கு இடையில் நாட்டுப் பற்றையும் குர்திஸ்தானையும் போற்றி எழுதுவாள். ஒரு அறையில் அமர்ந்தபடி, உழைக்கும் வர்க்கத்தைப் பதவியில் அமரச் செய்து, குர்திஸ்தானுக்குச் சுதந்திரம் அளித்துக் கொண்டிருப்போம். முடிதிருத்தும் கம்யூனிஸ்டான அப்துல்லா வின் மகன் ஜெமால் பல விஷயங்கள் குறித்து மாறிமாறிப் பேசிக்கொண்டிருப்பார். ஸ்டாலின், சௌஸெசு, பிரஸ்நேவ் ஆகியோரின் பெருமை குறித்தும், ஹொரிச் ஹொனேக்கரின் அறிவுக்கூர்மை குறித்தும், என்வெர் ஹோட்ஜாவின் வீரம் குறித்தும் கிழக்கு ஐரோப்பிய நாடுகளில் ஏற்பட்டுள்ள தொழில் நுட்ப வளர்ச்சி குறித்தும் அவர் பேசினார். “ஆனால், இத்தனை பெரிய மனிதர்களும் சதாமுக்கு எப்படி நண்பர்களாக இருக்கிறார்கள்?” என வியந்தேன். அப்பொழுது ஜெமால் என்னைப் பார்த்து, “உன் அப்பாதான் ‘வாய்ஸ் ஆப் அமெரிக்கா’ அதிகமாக கேட்கிறாரே” என்று பதிலுக்குக் கேட்டான். இது தான் சமயம் என்று இமாத் தன் லுயுத் கருவியை வெளியே எடுத்தான். நாங்கள் பாட ஆரம்பித்தோம். எங்களுக்குத் தேநீர் பரிமாறவரும் சாக்கில், நாஸிக் மீண்டும் மீண்டும் அங்கு வந்து, என் மேல் காதல் பார்வையை வீசியபடி இருந்தாள்.

என் நண்பர்கள் அனைவரும் என்னைவிட சில வருடங்கள் மூத்தவர்கள். எல்லோரும் பெரிய தாடி வைத்திருந்தார்கள். எனக்கு இன்னும் போதுமான அளவு தாடி வளராததால் என்னால் அதைப் பெரிதாக்க முடியவில்லை. எனவே என் அம்மாவின் மையை எடுத்து அவர்களுடைய தாடிபோல் வரைந்துகொள்வேன்.

வியாழக்கிழமைகளிலும் வெள்ளிக்கிழமைகளிலும் அர்மேனியர்களுக்குச் சொந்தமான ஒரு பாரில் பொழுதைக் கழிப்போம். நாங்கள் வழக்கமாக, ‘மெஸே’யுடன் ரக்கியை அருந்துவோம். அங்கிருந்த சர்வர்கள் எங்களை ஓவியர்கள் என்று நினைத்துக்கொண்டார்கள். ஒரு நாள் மாலை, அங்கே ஓவியர் சமி வந்தார். எங்களைப் பார்த்து வணக்கம் தெரிவித்துவிட்டு, ஒரு மூலையில் போய் உட்கார்ந்தார். அவர் எப்பொழுதுமே தனிமையை விரும்புபவர் என்பது எங்களுக்குத் தெரிந்து

இருந்ததால், எங்கள் மேசைக்கு வந்து அமரும்படி அழைக்கத் தயங்கினோம். அவர் ஒரு ரக்கி கொண்டு வரும்படிச் சொல்லி விட்டு, சிகரெட்டைப் பற்றவைத்தார். அவர் வழக்கமாகச் செல்லும் பாருக்கே நானும் போவதை நினைத்து மகிழ்ச்சி யடைந்தேன். நாங்கள் குடித்தபடியே, உலகத்தை மீண்டும் ஒரு முறை மாற்றி அமைத்தோம். சமியையும் எங்களையும் தவிர வேறு யாரும் அந்த பாரில் இல்லை. நாங்கள் எவ்வளவு மும்முரமாக விவாதித்துக்கொண்டாலும் அங்கிருந்த பணியாளர்கள் நாங்கள் பேசுவதைக் கவனிப்பதுபோல் தெரியவில்லை. சமி எங்களைக் கூப்பிட்டுப் பேசியது எனக்கு வியப்பாக இருந்தது. அவர் எங்களிடம், “குர்தியர்களாகிய நாம் எப்பொழுதும் பெரிதாக எதுவும் ஆகிவிட முடியாது. நாம் சபிக்கப்பட்டவர்கள். இதுதான் நம் விதி. நம்முடைய வரலாற்றைக் கவனியுங்கள். நாம்தான் இந்தப் பகுதியின் தொன்மையான மக்கள். இருந்தாலும், நமக்குப் பிறகு வந்த துருக்கியர்களுக்கென ஒரு நாடு இருக்கிறது. ஆனால் நாமோ இன்னமும் எதுவும் இல்லாமல் இருக்கிறோம்”, என்று சொல்லிவிட்டு, தன் விரலை நெற்றிப் பொட்டில் வைத்து, “ஆனால் இதில் விசித்திரமானது என்ன வென்றால் பல படுகொலைகள் நடந்த பிறகும் நாம் இன்னும் உயிரோடு இருக்கிறோம் என்பதுதான்” என்றார். கல்தியர்கள், பாபிலோனியர்கள், சுமேரியர்கள் ஆகியோர் தங்கள் ஆட்சியை நிறுவினார்கள். ஆனால் ஒன்றும் மிஞ்சவில்லை. நாமோ எதுவும் பெரிதாக ஆகாமல் போனால்கூட இன்னும் நம் மொழியைப் பேசிக்கொண்டு உயிருடன் இருக்கிறோம். நாம் அடிபணிய மறுத்து எதிர்த்து நிற்கிறோம். இருந்தாலும், இன்னும் நாம் ஒன்றும் இல்லாதவர்கள்தான் என்று முடித்தார். இமாத், சமி பக்கம் திரும்பி, சிரித்துக்கொண்டே, “நீ சொல்வது முன்னுக்குப் பின் முரணாக இருக்கிறதே”, என்றார். “நீ பேசக் கூடாது. நீ கையெழுத்து போட்டவன்” என்று சமி அமைதியாகப் பதில் சொன்னார். இமாத்துக்கு வெட்கமாக இருந்தது. அவனிட மிருந்து வார்த்தை வரவில்லை. கையெழுத்து போட்டவன் என்றால் பாத் கட்சியில் சேர்ந்தவன் என்று அர்த்தம். இல்லை யென்றால், பாக்தாத் இசைக் கல்லூரி போன்ற முக்கியமான நிறுவனத்தில் எப்படி இடம் கிடைக்கும்?

அன்றைய பொழுது எந்தவித பெரிய சம்பவமும் நிகழாமல் முடிந்தது. இசைமேல் உள்ள ஈடுபாட்டால்தான் இமாத் அப்படிக் கையெழுத்து போட்டிருப்பான் என்பது அவனுடய நண்பர்களான எங்களுக்கு உறுதியாகத் தெரியும். பாத் கட்சி உறுப்பினரான அவனுடன் சேர்ந்து பழகுவது எங்கள் குழுவுக்கு நல்ல பாதுகாப்பாக இருந்தது. ஆனால் எங்களை எப்படிக் கையாள்வது என்பதும், எங்கள் ஒவ்வொருவரிடமும்

எப்படிச் சந்தேக விதையை விதைப்பது என்பதும் பாதுகாப்புப் படை தெரிந்துவைத்திருந்தது. நண்பர்களோ சகோதரர்களோ எல்லோருமே ஒருவருக்கொருவர் சந்தேகக் கண்ணோடுதான் பழகி வந்தோம். ஆனால், எங்களிடம், 'வாய் என்ன, சுவரில் உள்ள துளையா, மண் வைத்து அடைப்பதற்கு?' என்று ஒரு பழமொழி உண்டு.

பாத் கட்சி ஆட்சிக்கு வந்த ஆண்டு விழாவை ஜூலை 17ஆம் தேதி கொண்டாட ஏற்பாடுகள் நடந்து வந்தன. ஆக்ரே நகரின் நகர மன்றத்தைச் சுற்றிலும் பெரிய சதுக்கத்தில். ஒலிப்பெருக்கிகள் பொருத்தப்பட்டன. சுவர்களை முழக்கங்களும் அதிபரின் புகைப்படங்களும் அலங்கரித்தன. பாத் கட்சியின் உள்ளூர் தலைவர் பேசவிருந்தார். மாணவர்களும், அரசு ஊழியர்களும் என அனைவரும் அதில் கலந்துகொள்வதாக இருந்தது. பாத் கட்சியின் உள்ளூர் தலைவர், அதிபருக்கு வாழ்த்துகளைத் தெரிவித்து தன் உரையைத் தொடங்கிய நேரத்தில் நான் அங்கு போனேன். அந்தச் சதுக்கத்தில் கூடியிருந்தவர்களில் பாதி பேர் பாதுகாப்புப் படையைச் சேர்ந்தவர்கள். அவர்கள் கைத்தட்ட ஆரம்பித்தார்கள். நாங்களும் சேர்ந்து கைத்தட்டினோம். கூட்டத்தில் யாரோ, 'அதிபர் வாழ்க' என்று கத்தினார். நாங்கள் ஒரே குழுவாக, 'அரேபிய நாட்டின் மாவீரன் வாழ்க' என்று கத்தினோம். எல்லோரும் ஒன்றுசேர்ந்து கோஷமிட்டார்கள். பேச்சாளர் தன் உரையைத் தொடர்ந்தார். யாரோ ஒருவர் கூட்டத்தில் திடீரென்று, 'தளபதி பர்ஸானி வாழ்க, குர்திஸ்தான் வாழ்க' என்று கோஷம் போட்டார். அந்த குரல் வந்த இடத்தை நோக்கிப் பாதுகாப்புப் படையின் ஆட்கள் எல்லாத் திசையில் இருந்தும் வேகமாக ஓடிவந்தனர். அப்படிக் கத்தியவர் ஓவியர் சமி. தன் எதிர்ப்பை வெளிப்படுத்தும் விதமாக உடைகளைக் களைந்தார். பாதுகாப்புப் படையைச் சோந்தவர்கள் அவரை வைக்கோல் சுருட்டுவதைப் போலச் சுற்றிக்கொண்டார்கள். சமி தொடர்ந்து, "வாழ்க சுதந்திரம், வாழ்க குர்திஸ்தான்' என்று கத்திக்கொண்டே இருந்தார். அதன் பிறகு நான் சமியையோ அவர் வரைந்த குர்தியப் பெண்களின் ஓவியங்களையோ தளபதியின் படங்களையோ பார்க்கவே இல்லை.

அவரைப் பற்றி எனக்குத் தெரிந்ததெல்லாம் ஒரு விஷயம் மட்டும் தான். குர்தியர்களுக்கு உதவிக்கரம் நீட்டுமாறு குர்த் வால்தேஹிம், ஜிம்மி கார்டர், ழிஸ்கார் தெஸ்தெங் ஆகியோருக்குக் கடிதம் எழுதித் தன் காலத்தைக் கழித்தார் என்பதுதான் அது.

ஒரு நாள், என் கணித வகுப்பின்போது, என்னைப் பள்ளி முதல்வர் கூப்பிடுவதாக ஆள் வந்தது. என் ஆசிரியர் லேசான பதற்றத்துடனேயே என்னை அனுப்பினார். முதல்வர் அலுவலகத்துக்குச் செல்லும் நீண்ட தாழ்வாரத்தில் என்னை அழைத்துச் செல்லும் வகுப்புப் பொறுப்பாளர் பின்னால் சென்றுகொண்டிருந்தேன். ஆனால் அவருடைய அலுவலக வாசலை எட்டுவதற்கு முன், பொறுப்பாளர் என்னிடம் சைகை மூலம் 'உள்ளே வர அனுமதி இல்லை' என்று எழுதியிருந்த பக்கத்து அலுவலகத்துக்குள் போகச் சொன்னார். நான் கதவைத் தட்டிவிட்டு உள்ளே சென்றேன். அந்தத் தொங்கு மீசைக்காரர் எனக்காகக் காத்திருந்தார். ஆனால் அவர் தனியாக இல்லை. பாதுகாப்புப் படையைச் சேர்ந்த மேலும் இரண்டுபேர் அங்கே இருந்தார்கள். எனக்குப் பயமாக இல்லாதது ஆச்சரியமாக இருந்தது. இப்படி என்னை அவர்கள் கூப்பிடுவது முதல் முறை இல்லை. நான் நடுங்கவில்லை. என்னை அப்போதே ஒரு தியாகியாக உணர்ந்தேன். திடீரென்று, அந்த மீசைக்காரர், என்னிடம் "பாத் இளைஞர் அமைப்பில் சேர்ந்துவிட்டாயா!" என்று கேட்டார். "சார், என்னுடைய வாழ்க்கையில் ஓவியம் மட்டும்தான் முக்கியம். என்னுடைய கனவெல்லாம் ஐரோப்பா வுக்குச் சென்று நுண்கலை பயில வேண்டும் என்பதுதான். அதற்குப் பிறகு நான் கட்சியில் சேர்ந்து பணியாற்ற எனக்குத் தகுதி கிடைத்துவிடும்." என்று பதில் சொன்னேன்.

"சபாஷ், கட்சி உனக்கு உதவி செய்யும். உனக்கு இரண்டு வழிகள் உள்ளன. நீ கட்சியில் சேர்ந்துவிடு. கட்சி உன்னை ஐரோப்பாவுக்கு அனுப்பிவைக்கும். நீ சேராவிட்டால் கட்சி உன்னைக் கொன்றுவிடும்" என்றார். மற்ற இரண்டுபேரும் பொறுமையிழந்து எழுந்துவிட்டனர். என்னிடம் பேசியவர், அவர்கள் பின்னால் செல்லுமாறு கட்டளையிட்டார். "உன்னிடம் சில விஷயங்களை அவர்கள் கேட்க வேண்டியுள்ளது" என்றார். அவர்களுடன் அமைதியாக நடந்து சென்றேன். பள்ளிக் கூடத்தின் எதிரில் நிறுத்தி வைக்கப்பட்டிருந்த வெள்ளை நிற லேண்ட குருய்சர் காரில் என்னை ஏற்றினார்கள். அவர்கள் இரண்டு பேருக்கும் நடுவில் என்னை நெருக்கி உட்கார வைத்தனர். மருத்துவமனைக்கு எதிரில் இருக்கும் பாதுகாப்புப் படை அலுவலகத்துக்கு நேராக என்னை அழைத்துச் சென்றனர். அங்கு போய்ச் சேர்ந்ததும், என்னைத் தரைத்தளத் துக்குக் கீழ்ப் பகுதிக்குக் கொண்டு செல்வதா என்று அவர்களுடன் வேலை செய்பவரிடம் கேட்டார்கள். அந்தக் கட்டடத்தின் அடிப்பகுதி சித்திரவதை, மரண தண்டனை போன்றவை நடைபெறும் இடம் என்பது மற்றவர்களைப் போல்

எனக்கும் தெரியும். எனவே நான் பயப்பட ஆரம்பித்தேன். இறுதியில், என்னைத் தரைத்தளத்திலலேயே ஒரு சிறிய அறைக்கு அழைத்துச் சென்றார்கள். சன்னலோ, வெளிச்சமோ இல்லாத அந்த அறையில் என்னை வைத்துப் பூட்டினார்கள்.

அரை மணி நேரம் கழித்து, கதவு திறந்தது. என்னைப் பாதுகாப்புப் படையின் பொறுப்பாளர் அலுவலகத்துக்கு இழுத்துச் சென்றார்கள். அவர் அலுவலகத்தில் ஒரு ஒலிப்பதிவுக் கருவி இருந்தது. போராளியான என் அண்ணனைப் பற்றிச் சில கேள்விகளை என்னிடம் கேட்டார். "அவரைப் பற்றி எனக்கு எதுவுமே தெரியாது" என்றேன். சரமாரியாகக் கேள்விக்கணைகள் வந்துகொண்டே இருந்தன. "அவனுடைய நண்பர்கள் என்ன சொல்கிறார்கள்?", "அவர்களுக்கு ஏதாவது தெரியுமா?" என்று கேட்டனர். "எனக்கு அவர்களைத் தெரியாது. அவர்கள் என்னைவிட வயதில் மிகவும் மூத்தவர்கள்." "போராளிகளுடன் சேர்ந்தபோதே, அவனை ஏன் தடுக்கவில்லை?" என்ற கேள்விக்கு, "எங்கள் வீட்டில், அண்ணனை எந்த விஷயமாக இருந்தாலும் தம்பி எதிர்த்துக் கேட்க முடியாது" என்று சொன்னேன். "நல்லது. நீ உண்மை பேசுகிறாய். நேர்மையானவர்களிடம் நாங்கள் எப்பொழுதும் நல்ல விதமாக நடந்துகொள்வோம். உன்னை இப்பொழுது விட்டுவிடுகிறோம். ஆனால், ஏதாவது எங்களிடம் சொல்வதற்கு விஷயம் இருந்தால் அடிக்கடி என்னை வந்து பார்" என்று கூறினார். இந்த விசாரணை ஏறக்குறைய நாற்பது நிமிடங்கள் நீடித்தது. அவருடைய அலுவலகத்தில் இருந்து வெளியே வந்த நான் அந்தக் கட்டடத்தின் வாயிலில் நின்று கொண்டிருந்தேன். பதற்றமாகவும் அவமானமாகவும் இருந்தது. அப்பொழுது யாராவது அந்த வீதிப் பக்கம் போனால், பாதுகாப்புப்படை அலுவலகத்தில் இருந்து எவ்விதப் பாதிப்பும் இல்லாமல் நான் வெளியே வருவதைப் பாத்தால், நிச்சயம் என்னை ஒரு 'இனத்துரோகி' என்றே கருதுவார்கள் என்று எனக்குள் புலம்பினேன்.

குனிந்த தலையுடன் அந்த வீதியில் நடந்துவந்தேன். யாராவது தெரிந்தவர்கள் என்னைக் கடந்து போகிறார்களா என்பதைச் சுற்றும் முற்றும் ரகசியமாகக் கவனித்தவாறு நடந்தேன். நல்ல வேளையாக யாரும் அங்கு வரவில்லை. எனவே, முடிந்தவரை வேகமாக நடந்து அங்கிருந்து வெளியேறினேன். சிறிது தூரம் போன பிறகுதான் பாதுகாப்புப் படைத் தலைவர் கேட்ட சில கேள்விகள் குறித்துச் சிந்தித்துப் பார்த்தேன். மென்மை யான அணுகுமுறையால் என்னைத் தம் உளவாளியாகப் பயன் படுத்திக்கொள்ளலாம் என்று நினைக்கும் அவருடைய புத்திக் கூர்மை எனக்குப் புலப்பட்டது.

நூலகர்கள் அனைவருக்கும் ஒரு புத்தகப் பட்டியல் வந்தது. அதில் உள்ள புத்தகங்களை அழிப்பதற்காகப் பாக்தாத்துக்கு அனுப்ப வேண்டும். அவை, பாத் இனத்தின் சிந்தனையைப் பின்பற்றத் தவறிய பழைய புத்தகங்களாகும். என்மேல் நம்பிக்கை வைத்திருக்கும் எங்கள் பகுதி நூலகர், குர்தியப் புத்தகங்களை என்னிடம் கொடுத்துவிட்டார். அவற்றை மறைத்து வைப்பதன் மூலம் அவற்றைக் காப்பாற்றும் தேசியக் கடமையை நான் செய்தேன்.

இப்பொழுது குர்திய இனத்துக்காக நான் எதையும் செய்யத் தயாராக இருந்தேன். அதற்காகத் திரைப்படங்கள் உருவாக்க வேண்டும் என்று விரும்பினேன். ஆனால், திரைப்பட நிறுவனத்தில் சேர எனக்கு எந்த வாய்ப்புக்கும் இடமில்லை என்பது எல்லோருக்கும் தெரியும். ஏனெனில், அது பாதிஸ்ட்டு களை மட்டுமே சேர்த்துக்கொள்ளும் நிறுவனமாகும். அரேபிய ராக இருந்துவிட்டால் இன்னும் நல்லது. எப்படியாவது தடை களைக் கடந்து என் பள்ளியில் எனக்கு ஏற்பட்ட பின்னடைவைச் சரிசெய்து என் நண்பர்களைக் காட்டிலும் புத்திக்கூர்மையான வீரமான மனிதனாக மாறிக்காட்ட வேண்டும் என்று ஆசைப் பட்டேன். நான் ஒரு தலைவனாகி என் மக்களுக்காகப் புதிய போராட்ட வழிமுறைகளை உருவாக்க வேண்டும் என்று விரும்பினேன். என்னைப் பொருத்தவரை, அதற்கான தருணம் வந்துவிட்டது என்று உணர்ந்தேன். என் நண்பர்களுடன் இது குறித்துத் திட்டமிட்டபடி பல நாட்களை வீண் பேச்சில் கழித்தேன். பல திட்டங்களை வைத்திருந்தாலும், எனக்கு ஏமாற்றமே மிஞ்சியது. ஏனென்றால், என் நண்பர்கள் அவ்வளவு சுறுசுறுப்பானவர்களாக இல்லை. எனவே நான் தனிமைக்குத் தள்ளப்பட்டேன்.

முதல் மாடியில் இருந்த என் அறையில் இவை எல்லா வற்றையும் குறித்து யோசித்துப் பார்த்தேன். என்னைப் பின் தொடர்ந்தபடியே இருக்கும் பாதுகாப்புப் படை குறித்தும் எண்ணிப் பார்த்தேன். நான் உடனடியாக ஒரு முடிவுக்கு வந்தாக வேண்டிய கட்டாயத்தில் இருந்தேன்.

ரமோ என்னைப் பார்க்க வந்தான். அவன் தாடையில் இருந்த ஒன்றிரண்டு முடிகளையும் மழித்து இருந்தான். நன்றாக உடுத்திக்கொண்டு சென்ட் அடித்திருந்தான். நகரத்தின் மையப் பகுதிவரை சென்று வரலாம் என்று என்னைக் கூப்பிட்டான். அப்படியே அவன் வீட்டுக்குப் போய்ச் சாப்பிடலாம் என்றான். ஆனால், அன்றைய தினம்தான் ஒரு முடிவுக்கு வந்து, மனதில் வேறு திட்டம் வைத்திருந்தேன். கீழே இறங்கி வந்து பார்த்த போது, அம்மா அவருடைய கறுப்பு உடையை அணிந்து,

வீட்டு வேலையில் மூழ்கியிருந்தார். அவரிடம் சொல்லி விட்டுப் போகலாமென நீண்ட நேரமாக அவரையே பார்த்துக் கொண்டிருந்தேன். ஆனால் அவர் சாதாரணமாக, “தாமதமாக வீடு திரும்பாதே. பத்திரமாக இரு” என்று மட்டும் சொன்னார். நான் அவருக்கு நம்பிக்கை ஏற்படும் விதமாக “தயே ‘அம்மா’ பயப்படாதே, உன் மகன் இன்னும் சிறுவன் இல்லை” என்று சொன்னேன். அவரை அப்படியே கட்டி அணைத்துக்கொள்ள வேண்டும் என்று தோன்றியது. ஆனால், எங்கே என்னுடைய திட்டத்தை அவரிடம் தெரிவித்து, அவர் அழுது ஊரைக் கூட்டிவிடுவாரோ என்ற பயத்தில் அப்படிச் செய்யவில்லை.

இரண்டு தினார்களைப் பாக்கெட்டில் போட்டுக்கொண்டு வீட்டை விட்டு வெளியில் வந்தேன். பேருந்து நிலையத்தை நோக்கி நடந்தேன். ரமோ என்னுடன் வந்தான். அவனை ஒரு வீரன் என்று நான் கருதிவிட்டால் மிகவும் மகிழ்ச்சி அடையக் கூடியவன். ரமோ என்னைப் பார்த்து, “சரி நாம் இப்பொழுது எங்கே போகிறோம்?” என்றான். “உன்னிடம் எவ்வளவு பணம் இருக்கிறது?” என்று கேட்டேன். பாக்கெட்டைத் துழாவிப் பார்த்து, “பன்னிரண்டு தினார், ஏன்?.” “நாம் இப்பொழுது போராளிகளுடன் போய்ச் சேரப் போகிறோம்”. “என்ன? மலைப் பகுதிக்கா போகிறோம்? ஏன் என்னிடம் முன்கூட்டியே சொல்லவில்லை? நான் தயாராக வந்திருப்பேனே.” “உண்மை யான ஆண்மகன் என்றால் எப்பொழுதும் தயாராக இருக்க வேண்டும்.” அவன் சம்மதித்துவிடுவான் என்ற நம்பிக்கை வந்தது. அவனிடம், “உனக்கு விருப்பம் இல்லையென்றால். . ?” என்று சொல்லி முடிக்கும் முன்பே, என்னை இடைமறித்துப் பெருமிதம் மேலிட, “குர்தியர்களுக்கு ஒரே வார்த்தைதான். “கேம் பிஜி, கேல் பிஜி”* வா, புறப்படலாம்” என்றான்.

பேருந்து நிலையத்தில், ஒரு ஷேர் டாக்சியைப் பிடித்து கிளம்பினோம். எங்களிடம் இருந்த மாணவர் அடையாள அட்டையை வைத்துக்கொண்டு பத்துக்கும் மேறபட்ட சோதனைச் சாவடிகளைக் கடந்து சென்றாக வேண்டும். ஹரீம் என்ற கிராமத்தில் எனக்குத் தெரிந்த ஒருவர் இருந்தார். டாக்சி எங்களை வழியிலேயே இறக்கிவிட்டது. நாங்கள் தொடர்ந்து நடந்தே மலைப் பகுதிக்குப் சென்றோம்.

பொழுது சாயும்போது ஹரீமுக்குப் போய்ச் சேர்ந்தோம். நாங்கள் பதுங்கிப் பதுங்கி நடப்பதைப் பார்த்த தெரு நாய்கள், எங்களைக் குரைத்து வரவேற்றன. எனக்குத் தெரிந்த சாயீத்தின் வீட்டைக் கண்டுபிடித்துவிட்டேன். அவர்தான் போராளிகள்

* கொஞ்ச காலம் வாழ்ந்தாலும், உணர்ச்சியோடு வாழ்ந்துவிடு

இருக்கும் இடத்துக்கு நாங்கள் போய்ச் சேர உதவ இருப்பவர். அவர் வீட்டுச் சன்னலைத் தட்டினேன். அந்த வீட்டிலிருந்த ஒரே அறையில், தன் மனைவியுடனும் ஒரு சிறிய குழந்தையுடனும் அமர்ந்து தேநீர் சாப்பிட்டுக்கொண்டு இருந்தார். எழுந்து கதவைத் திறந்து எங்களை அன்பாக வரவேற்றார். அவர் என் அண்ணி திஜ்லாவின் மைத்துனர். நாங்கள் போராளிகளுடன் போய்ச் சேரப் போகிறோம் என்று சுருக்கமாக அவரிடம் தெரிவித்தேன். அவருடைய மனைவி பக்கம் திரும்பி, எங்களுக்குத் தேநீர் கொடுக்கும்படிச் சொல்லிவிட்டு வெளியே போனார். திரும்பி வரும்வரை எங்களைக் கொஞ்சம் காத்திருக்கும்படிச் சொன்னார். மிகவும் வெட்கப்பட்ட அவருடைய மனைவியுடனும், கூண்டில் அடைப்பட்டிருந்த கௌதாரியைத் தன் விரலால் தொட்டுப் பார்க்க முயன்று கொண்டிருந்த அவருடைய குழந்தையுடனும் நாங்கள் தனியாகக் காத்திருந்தோம். அந்தப் பறவையை எப்படியாவது பிடித்துவிட வேண்டும் என்று குழந்தை சுற்றிச் சுற்றி வந்து கொண்டிருந்தது. குழந்தை அருகில் வரும்போது அப்பறவை புகார் அளிக்கும் விதமாகக் கூவித் தன் மூக்கால் அந்தக் குழந்தையைக் கொத்தியது. இதனால் சோர்ந்துவிடாமல் அந்தக் குழந்தை அதன் விளையாட்டைத் தொடர்ந்தது. இந்த இளம் சித்திரவதைக்காரனிடமிருந்து தப்பிச் செல்லக் கௌதாரி குதித்தது. ஆனால் அதன் தலை கூண்டின்மேல் பகுதியில் இடிக்கவே, குழந்தை அதன் தலையைத் தாக்க ஆரம்பித்தது. தேநீர்க் கோப்பையின் எதிரில் அமர்ந்திருந்த அந்தக் குழந்தையின் அம்மா எதுவும் பேசாமல் மௌனமாக இருந்தார். குழந்தையைத் தம் பக்கம் இழுப்பார். ஆனால், விட்ட மறு நொடியே அது மீண்டும் கூண்டின் அருகே சென்றுவிடும். அவன் அப்பாவுக்காக நாங்கள் காத்திருந்த நேரம் முழுவதும் விடாமல் அந்தக் குழந்தை விளையாடிக்கொண்டிருந்தது. ஒரு வழியாக சாயித் திரும்பி வந்து எங்களைப் புறப்படலாம் என்று அழைத்தார். சாயித் நினைத்திருந்தால், ரமோவும் நானும் ஒரு இரவு அங்கு தங்கிப் போகும் படிச் சொல்லி இருக்கலாம். ஆனால், எங்களைத் தங்கிப் போகுமாறு சொல்ல அவருக்குத் துணிச்சல் இல்லை. நாங்கள் புறப்படும் முன் எங்களுக்கு நிறைய உலர்ந்த திராட்சைகளைத் தந்தார்.

அவர் வீட்டில் இருந்து நூறு மீட்டர் தொலைவுக்குச் சென்ற பின், அந்தக் கிராமத்தில் இருந்து வெளியே செல்லும் பாதை ஒன்றை சயித் எங்களுக்குக் காட்டினார். அங்கிருந்து ஒரு கிலோமீட்டர் தூரத்தில், எங்களுக்காக ஒருவர் காத்துக் கொண்டிருப்பார் என்று கூறினார். “அந்த ஆள்தான் உங்களுக்கு வழிகாட்டி. நீங்கள் அவரைப் பார்த்ததும், அவரிடம்,

'தெத்ராஸ்' என்று சொல்லுங்கள். அவர் பதிலுக்கு 'சிங்கம்' என்று சொல்ல வேண்டும். மிகவும் கவனமாக அந்தக் கிராமத்தை விட்டு வெளியேறினோம். "சயீதே துப்புக் கொடுப்பராக இருந்தால் . . . ?" என்று நினைத்தோம். அப்பொழுது கும்மிருட்டாக இருந்தது. ஒரு சிகரெட் வெளிச்சம் தெரிந்தது. ஒரு ஆள் எங்களை நோக்கி வந்தார். "தெத்ராஸ்" என்று கத்தினோம். எங்கள்மேல் பாய்ச்சப்பட்ட மின் விளக்கின் ஒளி எங்கள் கண்களின் பார்வையை மறைக்கும் அளவுக்கு இருந்தது. அந்த மின் விளக்கின் ஒளி எங்களின் உடம்பை மேலிருந்து கீழ்வரை வருடியது. பிறகு, ஒரு வெடிச் சிரிப்பு கேட்டது. நான் மீண்டும், "தெத்ராஸ்" என்று கத்தினேன். இந்த முறையும் பதில் இல்லை. அதே சிரிப்புதான். எனவே, நான் உற்சாகமில்லாமல், "தெத்ராஸ்" என்று கூவினேன். அவர் ஒருவழியாக, "சிங்கம்" என்று பதிலுக்குச் சொன்னார்.

"ஏ, தம்பிகளே! எடுப்பாக உடுத்திக்கொண்டு, எங்கே இந்தப் பக்கம்? ஏதாவது திருமணத்துக்கா?" என்று கேட்டார். நான் ஒரு பேன்டும், ஜீன்ஸ் சட்டையும் அணிந்திருந்தேன். என் சட்டையின் மார்புப் பகுதியில் எம்பிராய்ட்ரி செய்யப்பட்ட ரோஜாப்பூ இருந்தது. "அது வேறு ஒன்றுமில்லை சோதனைச் சாவடிகளில் போலீசார் எங்களைச் சந்தேகப்படாமல் இருப்பதற்காக" என்று பதில் சொன்னேன். நாங்கள் எவ்வளவு விளக்கியும் அவர் தொடர்ந்து சிரித்துக்கொண்டே இருந்தார். நாங்கள் மிகவும் களைப்படைய ஆரம்பித்தோம். இருந்தாலும் அவர் பின்னாலேயே சென்றுகொண்டிருந்தோம். அவர் தேனீ மாதிரி வேகமாக நடந்துகொண்டிருந்தார். நாங்கள் ஐம்பது மீட்டர் தொலைவுக்குப் பின்தங்கி இருந்தோம். அவர் இப்படி நடந்துகொண்டது எனக்கு ஏமாற்றமாக இருந்தது. ஆனால், நான் எதுவும் பேசவில்லை. நாங்கள் வரும்வரை காத்திருப்பதற்காக அவர் திரும்பிப் பார்த்தார். எங்களைப் பார்த்து மீண்டும் சிரிக்க ஆரம்பித்தார். வெகுதூரம் நடந்துவிட்டோம் சிறிது நேரம் நின்று ஓய்வெடுக்கலாம் என்று நினைத்தோம். ஆனால் நாங்கள் சோர்ந்து இருப்பதை அந்த ஆள் கண்டுகொள்ளவே இல்லை. பொழுது புலரும் நேரத்தில், ஒரு குக்கிராமத்துக்கு வந்துசேர்ந்திருந்தோம். ஒரு வீட்டுக்குள் எங்களைப் போகச் சொல்லிவிட்டு வாசலிலேயே உட்கார்ந்துகொண்ட அந்த ஆள் வீட்டு உரிமையாளரிடம் காதோரமாக எதையோ பேசினார். ஐந்து நிமிடம் கழித்து பாதித் திறந்திருந்த கதவின் வழியாகத் தலையை நீட்டிய எங்கள் வழிகாட்டி, "என் வேலை முடிந்தது. இனி, இவர் உங்களைக் கவனித்துக்கொள்வார்" என்று எங்களிடம் சொல்லி விட்டு மறைந்துபோனார். எங்கள் புதிய வழிகாட்டி தன்னை அறிமுகம் செய்துகொண்டார். அவர்

அப்பாவின் துப்பாக்கி

பெயர் கிதீர். அவர் எங்களுக்குச் சிற்றுண்டி சமைக்கப் போனார். நாங்கள் ஒரு மணி நேரத்துக்கு நன்றாகத் தூங்கினோம்.

நாங்கள் மலைமீது நடந்துகொண்டிருந்தபோது, ஒரு பறவை எங்கள் தலைக்கு மேல் நீண்ட நேரமாக வட்டமடித்துக் கொண்டிருந்ததைக் கவனித்தேன். எங்களிடம் இருந்து நூறு மீட்டர் தொலைவில் அமர்ந்துகொள்ளும். அதன் அருகில் நாங்கள் போய்ச் சேர்ந்ததும் இன்னும் கொஞ்சம் தூரம் பறந்து சென்று அமர்ந்துகொள்ளும். அதன் குரல் சோகமாக இருந்தது. புதிதாக எங்களுடன் சேர்ந்துவிட்ட அந்தப் பறவை பறப்பதை, கிதீர் கவனமாகப் பார்த்துக்கொண்டே வந்தார். நம் விடுதலைப் போராட்டத்தைப் பற்றி ஒருவித நம்பிக்கையுடன் கிதீர் பேசிக் கொண்டு வந்தபோது நீண்ட நாட்களுக்கு முன்பு என் அப்பா வைத்திருந்த நம்பிக்கை என் நினைவுக்கு வந்தது. நாம் பார்க்கப் போகும் போராளிகளின் வீரம் குறித்தும் அரசியல் ஞானம் குறித்தும் சளைக்காமல் விவரித்துக்கொண்டு வந்தார். அந்தப் பறவை எங்களைப் பின்தொடர்ந்து வந்துகொண்டே இருந்தது. அந்தப் பறவையைப் பற்றிய கதையை கிதீர் எங்களுக்குச் சொல்ல ஆரம்பித்தார். “மன்னர் சாலமன் ஆண்டபோது இரண்டு சகோதரிகள் தங்கள் பார்வையை இழந்தனர். ஒருவர் மற்றொருவரைத் தேடி அலைந்து அலைந்து கடைசியில் இருவரும் பறவைகளாக மாறி வானத்தில் பறக்க ஆரம்பித்தனர். இது நடந்த காலத்திலிருந்து நம்மை வட்டமடித்துவரும் இந்தப் பறவை அந்த இரண்டு சகோதரி களில் ஒருவர்தான் என்றும் அது மற்றொன்றைத் தேடிக் கொண்டே இருக்கிறது என்றும் நாங்கள் நம்புகிறோம்.” பறவை களாக மாறிய இரண்டு சகோதரிகளின் சோகத்தைப் பற்றிப் பேசிக்கொண்டிருந்தவர் அந்தக் கதையை முழுமையாக நம்புகிறார் என்பது தெரிந்தது. நான் அவரைக் கவனித்துக் கொண்டிருந்தபோது, துக்கம் என்னை ஆட்கொள்வதை என்னால் உணர முடிந்தது. ஹென்றி கிஸிங்ஜர், ஆந்திரேயி குராம்யிகோ ஆகியோர் இந்த நூற்றாண்டின் அவநம்பிக்கைக்குப் பெயர்போன அரசியல் தலைவர்கள். இவ்வளவு மென்மை யான இதயம் கொண்ட மக்கள் எப்படி இத்தகைய தலைவர் களின் காலத்தில் விடுதலை பெறுவார்கள்? அந்தப் பறவை என் மனதில் எதையோ தூண்டிவிட்டது. திடீரென்று, நாங்கள் கடைப்பிடித்து வரும் போர் அணுகுமுறைகள் மேல் இருந்த நம்பிக்கை தகர்ந்தது.

நான் கிதீரைப் பின் தொடர்ந்து சென்றுகொண்டிருந்தேன். அவர் மிகவும் கவனமானவராகவும், திடமானவராகவும்

நல்லவராகவும் இருந்தார். நாங்கள் நடக்கும்போது கொஞ்சம் பின் தங்குகிறோம் என்று தெரிந்தவுடன் ஏதாவது சாக்குச் சொல்லி நின்றுவிடுவார். “தம்பி, எனக்குக் கொஞ்சம் சோர்வாக இருக்கிறது. சற்று ஓய்வு எடுத்துச் செல்லலாம்” என்று சொல்லிவிடுவார். பாக்கெட்டில் இருந்து காய்ந்த அத்திப் பழங்களையோ பாதாம் கொட்டைகளையோ ரொட்டித் துண்டையோ எடுத்துச் சாப்பிடுவார், எங்களுக்கும் கொடுப்பார். மலையின் உச்சிவரை எங்களை அழைத்துச் சென்றார். பிறகு எங்களைக் காத்திருக்கும்படிச் சொன்னார். சிறிது நேரம் எங்கேயோ சென்றிருந்தவர் திரும்பி வந்தபோது, அவருடன் மூன்று போராளிகளும் வந்தார்கள். அவர்கள் தோளில் ஏ.கே.47 துப்பாக்கிகள் இருந்தன. எங்களிடமிருந்து விடைபெறும்போது எங்களைக் கட்டித் தழுவி, அடுத்த முறை ஒரு சுதந்திர நாட்டில் சந்திப்போம் என்று தனது ஆசையைத் தெரிவித்தார். பிறகு தன் குடும்பத்தினர் இருக்கும் மலைப் பகுதிக்குத் திரும்பி நடக்கத் தொடங்கினார்.

போராளிகள் எங்களுக்கு வணக்கம் தெரிவித்தார்கள். ஒருவர் தேநீர் தயாரித்தார். மற்றொருவர் காவலுக்காகப் போய் நின்றார். எல்லோரும் பையில் இருந்து ரொட்டித்துண்டை வெளியே எடுத்தார்கள். ஏ.கே.47ஐ பக்கத்தில் வைத்துவிட்டுச் சாப்பிட்டோம். அந்தக் குழுவின் பொறுப்பாளர் எங்களிடம் ஒரு வார்த்தைகூட பேசவில்லை. இருட்டத் தொடங்கியபோது என் பெயர் என்ன என்று கேட்டார். என் பெயர் ஆசாத் என்றும், தளபதியின் அந்தரங்கத் தகவல் தொடர்பாளர் ஷெரோவின் மகன் என்றும் சொன்னேன். ஆனால் அவர் முகத்தில் மாற்றம் எதுவும் இல்லை. குறிப்பிட்ட நோக்கம் எதுவும் இல்லாமல் நடந்தபடியே ஒரு வாரம் அவர்களுடன் கழித்தோம். சோர்வின் காரணமாகவும், பசி, குளிர் காரணமாக வும் ரமோவால் சரியாகச் சிந்தித்துப் பார்க்க முடியவில்லை. ஆனால் என்னைப் பொருத்தவரை, அவர்கள் நம்மை நன்றாகப் புரிந்துகொள்ளும் வரை இன்னும் கொஞ்சம் பொறுமையாக இருக்கவேண்டும் என்று நினைத்தேன். அப்படிப் புரிந்து கொண்ட பிறகு, அவர்கள் வைத்திருக்கும் திட்டங்கள் குறித்து அவர்கள் நம்மிடம் பேசக்கூடும். எங்களை உடனடியாக அவர்கள் நம்பாமல் இருப்பது இயற்கைதான். ஒருமுறை ஓய்வெடுத்துக்கொண்டிருந்தபோது, தேநீர் அருந்தியபடியே, அந்தக் குழுவின் பொறுப்பாளர் என்னிடம் நான் யார் என்று தெரியும் என்று சொன்னார். கோபமாக, நான் அவரிடம் எனக்கு ஒரு ஆயுதமும், போராளிக்கான உடையும் கேட்டேன். என்னை ஏதாவது போராட்ட நடவடிக்கைக்கு அனுப்புமாறும் கேட்டேன். ஆட்கள் தேவைப்படும் வேறு ஒரு பகுதிக்கு

எங்களை அனுப்ப இருப்பதாகத் தெரிவித்தார். நான் உடனே புறப்பட விரும்பினேன். ஆனால் அவரோ, “இன்னும் ஒரு வாரத்தில்” என்று பதில் அளித்தார்.

ஒவ்வொரு தங்குமிடத்திலும் பாதுகாப்புப் பணிக்காக யாராவது நிறுத்தப்படுவார்கள். என் முறை வந்தது. என்னிடம் ஆயுதத்தைத் தரும்படி ஒரு போராளிக்குக் கட்டளை வந்தது. அவருடைய ஏ.கே.47 ஐ என்னிடம் கொடுத்தார். நானும் காவல் இருக்கும் இடத்துக்குப் போனேன். ஒரு பாறையில் சாய்த்த வாறு, அகண்ட சமவெளியை உயரத்தில் இருந்து பார்த்த போது, சிதைக்கப்பட்ட கருப்புப் புள்ளிகளாகத் தெரிந்தவை இணைக்கப்பட்ட கிராமங்கள் என்பதை ஊகம் செய்ய முடிந்தது. என்னிடம் இருந்த ஆயுதத்தால் சுற்றி இருந்த இடங்களைக் குறிவைத்தபோது உண்மையில் என்னை நெப்போலியன்போல உணர்ந்தேன். அந்த நேரத்தில், ஒட்டு மொத்த ஈராக்கியப் படை வந்தால் அதைத் தனி ஆளாகச் சமாளிக்கலாம் என்று நினைத்தேன். பிறகு, என் அப்பாவின் பழைய புருனோவைப் பற்றி நினைத்துப்பார்த்தேன். அத்தனை ஆண்டுகள் நடத்திய போராட்டங்களால் நாங்கள் எதை அடைய முடிந்தது? வேறு ஏதோ தேவைப்பட்டு இருக்கிறது. என்ன அது? என்னிடம் பதில் இல்லை. என் ஏ.கே.47 ஐ பார்த்தேன். இப்படி ஒரு சாதாரண குண்டூசியை வைத்துக் கொண்டு பெரிய வாய்க்காலை வெட்ட முடியாது என்பது தெளிவாகப் புரிந்தது. எங்கள் விதியை நினைத்துக் கண் கலங்க ஆரம்பித்தேன். யாரோ வரும் காலடிச் சத்தம் கேட்டது. இரண்டு மணி நேரம் கடந்திருந்தது. என் கண்களைத் துடைத்துக் கொண்டேன். யாரோ எனக்குப் பதிலாகக் காவலுக்கு வருகிறார்கள்.

இரண்டு வாரங்கள் கழிந்தன. வேறு குழுவுக்கு எங்களை மாற்றுவதைப் பற்றி அந்தப் பொறுப்பாளர் எதுவும் சொல்லா மலேயே இருந்தார். இறுதியாக, எங்கள் இருவரிடமும் தனியாகப் பேச வேண்டும் என்று கூப்பிட்டார். நாங்கள் ஒரு நிழலில் உட்கார்ந்துகொண்டோம். தரையில் ஒரு வட்டத்தை வரைந்தார். அதை நான்காகப் பிரித்தார். வடக்கில் துருக்கி, தெற்கில் ஈராக், மேற்கில் சிரியா, கிழக்கில் ஈரான் என்று வகுத்து, “இது நம்முடைய தாய் மண். நீங்கள் மாணவர்கள். நம் மக்களுக்குப் படித்தவர்கள் தேவைப்படுகிறார்கள். அதே சமயம் நகரங்களில், போராளிகளும் தேவைப்படுகிறார்கள். நீங்கள் துணிச்சல்மிக்கவர்களாக இருந்தால், திரும்பி உங்கள் நகரத்துக்குப் போய்விடுங்கள். தொடர்ந்து படித்துக்கொண்டே நாங்கள் மேற்கொள்ளும் தாக்குதல் நடவடிக்கையில் உதவி

செய்யுங்கள்" என்று கூறினார். பிறகு சில நாட்கள் தங்கவைத்து எங்களுக்கு வெடிபொருட்களையும் ஆயுதங்களைக் கையாளும் முறைகளையும் கற்றுத் தந்தார். நாங்கள் நகரத்துக்குத் திரும்பியதும் எங்களை யாராவது தொடர்புகொள்வார்கள் என்று தெரிவிக்கப்பட்டது.

முதல் ஈராக்கிய எல்லைக் கோட்டுக்கு முன் இருக்கும் அந்தக் கடைசி கிராமம்வரை போராளிகளைக் கொண்ட குழு ஒன்று எங்கள் பாதுகாப்புக்காக வந்தது. நாங்கள் இருவரும் ஆளுக்கு ஐந்து தினார்கள் பெற்றுக்கொண்டோம். ஈராக்கியர்களின் கண்காணிப்பில் இருக்கும் பகுதிக்குள் மீண்டும் எப்படி நுழையப் போகிறோம் என்ற கவலை எங்களுக்கு ஏற்பட்டது. அது அவ்வளவு சுலபம் இல்லை. எங்களை விட்டுப் பிரியும் முன், தலைவர் என்னிடம், "தோழர்களே, வாழ்க்கை அபாயகர மானது. பிறப்பே அபாயம்தான்" என்று மட்டும் சொல்லிவிட்டு எங்களிடம் விடைபெற்றார். அவருடைய ஆட்களுடன் மலைப் பகுதிக்குத் திரும்பிச் செல்வதைப் பார்த்தோம். ஈராக்கிய எல்லைக் கோடுகளைக் கடக்க கிராமத்து ஆசாமி ஒருவர் எங்களுக்கு உதவி செய்வதாக ஏற்பாடு.

விடிவதற்கு முன்பே நாங்கள் புறப்படத் தயாராக இருந்தோம். ஆனால் அந்தக் கிராமத்து ஆசாமி இவ்வளவு காலையிலேயே வேண்டாம் என்றார். ஈராக்கிய ராணுவம் விடிந்ததும் கிராமங்களுக்கு வந்து சோதனைகளில் ஈடுபடும் என்று எனக்குத் தெரியும். எனவே தாமதிக்க வேண்டாம் என்று நினைத்து உடனே புறப்படலாம் என்று அவரிடம் வலியுறுத்தி னேன். ஆனால் அந்த ஆள் கண்டுகொள்ளவே இல்லை. ஒருவேளை எதிரியின் கைக்கூலி ஒருவரிடம் சிக்கிவிட்டோமா? போராளிகளிடம் அவர் இரட்டை வேடம் போடுகிறாரோ என்று நினைத்தேன். எனவே, எங்களை யாரும் சுற்றி வளைக்காமல் இருக்க அந்த வீட்டை விட்டு வெளியே வந்தோம். அந்த ஆள் ஒருவழியாக அவருடைய பெல்ட்டில் ஒரு துப்பாக்கியைச் சொருகிக்கொண்டு எங்களுடன் வந்தார். நாங்கள் புறப்பட்டோம். எங்களிடம் ஈராக்கியர் காவலுக்கு நின்ற பாலத்தைக் காட்டி அதைத்தான் நீங்கள் கடக்க வேண்டும் என்றார். "உங்கள் பக்கம் அதிருஷ்ட காற்று வீசட்டும்" என்று வாழ்த்திவிட்டு, அப்படியே வந்தவழியே திரும்பிச் சென்றார்.

நாங்கள் அந்தப் பாலத்தை நேர்க்கி நடந்தோம். எங்களிடம் பதில்கள் தயாராக இருந்தன. நாங்கள் எழுத்தறிவு இயக்கத்துக்குப் பிரச்சாரம் செய்யும் தன்னார்வத் தொண்டர்கள்.

அங்கிருந்த படைவீரர்களை நெருங்கிக்கொண்டிருந்தோம். நான் அவர்களைப் பார்த்துச் சிரித்துக்கொண்டே பெரிய சலாம் வைத்தேன். அவர்களும் பதிலுக்கு அப்படியே செய்தார்கள். பாலத்தின் அடுத்த மூலையில் வேறுசில படைவீரர்கள் காவலுக்கு நின்றிருந்தார்கள். ரமோ பக்கம் திரும்புவதைத் தவிர்த்தேன். அவன் பயத்தில் வெளிறிப்போய் இருந்தான். ஒருவேளை இரண்டு சோதனைச் சாவடிகளுக்கும் இடையில் பாலத்தின் நடுவில் சிக்க வைத்து நம்மைப் பிடிக்கலாம் என்று நம்மைப் போகவிட்டுவிட்டார்களோ என்று நினைத்துக் கொண்டேன். நாங்கள் நகரத்து ஆசாமிகள் போல்தான் உடை அணிந்திருந்தோம். ஆனால் அழுக்காக இருப்பதை எங்களைப் பார்த்தாலே தெரியும். மேலும் எங்களிடம் துர்நாற்றம் வீசியது. இரண்டாவது சோதனைச் சாவடிக்கு வந்தோம். அங்கிருந்தவர்களைப் பார்த்து சலாம் வைத்தேன். யாரும், எதுவும் எங்களிடம் கேட்கவில்லை. நாங்கள் பிரதான சாலைக்கு வந்து சேர்ந்தோம். பதற்றமடையாமல் இருந்தது எங்களுக்குக் கைகொடுத்தது. எங்களை உளவாளிகள் என்று நினைத்திருப்பார்கள் என்று உறுதியாக நம்பினேன். நிம்மதிப் பெருமூச்சுடன், ரமோவைப் பார்த்து, “சூரியன் நம்மைக் காப்பாற்றிவிட்டான். ஸராதுஷ்ட்ரா நம்முடன் இருக்கிறார்” என்று சொன்னேன்.

ஒரு ஷேர் டாக்சியை நிறுத்தினோம். அதில் ஓர் இடம் தான் காலியாக இருந்தது. ஆனால் நாங்கள் இருவருமே ஏறிக் கொள்ள ஓட்டுநர் சம்மதித்தார். ரமோ முன் பக்கம் ஏறினான். நான் பின் பக்கம் ஏறி ஒரு தடித்த ஆசாமி பக்கத்தில் உட்கார்ந்துகொண்டேன். நன்றாக உடுத்தியிருந்த அந்த ஆள் கையில் சிகரெட் வைத்திருந்தான். அந்த ஆசாமி தன்னைப் பரப்பிக்கொண்டு என்னை ஒரு மூலைக்கு நகர்த்தி நசுக்கினான். என்னைக் குறுக்கிக்கொள்ள முயற்சி செய்து பார்த்தேன். ஆனால் அவன் மேலும் மேலும் நசுக்கிக்கொண்டே வந்தான். அவனைப் பதற்றத்துடன் பார்த்து மறுபடியும் தள்ளிவிட்டேன். என்னைக் கடும் கோபத்துடன் பார்த்த அவன் இன்னும் அதிகமாக நசுக்கினான். நான் கோபமாக, “நாசமாய்ப் போக” என்று கத்தினேன். அவன் பதிலுக்கு, “துரோகிகள் விளங்காமல் போக” என்று கத்தினான். டாக்சியின் பின்புறத்தில் இப்படி நாங்கள் முட்டிக்கொண்டிருக்கும்போதே வாகனம் திடீரென்று நின்றது. ஈராக்கிய கமாண்டோ படை ஒன்று எங்கள் வண்டியைக் குறிவைத்தவாறு அருகில் வந்தது. எது நடந்தாலும் சமாளிப்பது என்று தயாராக இருந்தேன். டாக்சியின் சன்னல் அருகே குனிந்த அதிகாரி அதில் பயணம் செய்தவர்களிடம் அடையாள அட்டைகளைக் கேட்டார். ரமோவை விசாரிக்க

வந்த நேரத்தில் என் பக்கத்தில் இருந்த தடித்த ஆள் கைகளை உயர்த்தி அந்த அதிகாரிக்குச் சலாம் செய்தார். அவரும் பதிலுக்குச் சலாம் செய்துவிட்டு எங்களைப் போகும்படி அனுமதித்து சைகை செய்தார். என்னுடன் பயணம் செய்த அந்த ஆசாமி இராணுவ வீரர்களுக்கு அறிமுகமானவர். அரசாங்கத்துக்கு ஆதரவாகச் செயல்படும் குர்தியர்களில் ஒருவர். அந்த நொடியில் இருந்து அந்த ஆளைக் கோபமாகப் பார்ப்பதை நிறுத்திக்கொண்டேன். அவன் வேறு மாதிரியான ஆளாக இருந்தாலும் என்னைப் பாதுகாக்கும் அனுமதிச் சீட்டாக மாறிப்போயிருந்ததால் அவன் உட்காரக் கொஞ்சம் தாராளமாகவே இடம் கொடுத்தேன். அவன் என்னைப் பார்த்தான். மனதுக்குள் அவனைத் தீர்த்துக்கட்ட வேண்டும் என்ற கடுங்கோபம் இருந்தாலும், பதிலுக்குப் பெரிதாகச் சிரித்து வைத்தேன். அவனும் என்னைப் பார்த்துச் சிரித்தது எனக்கு ஆச்சரியமாக இருந்தது. அவன் என்னையும் ஒரு கைக்கூலி யாகக் கருதியிருப்பான் என்பதைப் புரிந்துகொண்டேன். நல்ல வேளையாக, எங்களுக்குள் எதுவும் பேசிக்கொள்ளவில்லை. அந்த ஆசாமியின் தயவில், முதல் பெரிய நகரமான அமேதி வரையில், எங்கள் ஆவணங்கள் ஒருமுறைகூட சோதனை செய்யப்படாமலேயே அனைத்துச் சோதனைச் சாவடிகளையும் நாங்கள் கடந்து வந்தோம். அங்கே நாங்கள் வேறு வாகனத்துக்கு மாறியாக வேண்டும். அந்த ஆள் எங்களுடன் தொடர்ந்து வருவான் என்று எதிர்பார்த்தேன். ஆனால் அவன் பயணத்தை முடித்துக்கொண்டான்.

அது ஒரு வெள்ளிக்கிழமை என்பதால், ஷேர் ஆட்டோக்கள் நின்றிருந்த இடத்தில் விடுப்பில் வந்த படைவீரர்களின் கூட்டம் அலைமோதியது. எந்த வாகனம் வந்தாலும் உடனடியாக அதில் தாவிக் குதித்து இடம்பிடித்தார்கள். எங்களால் அவர்களுடன் மல்லுக்கட்ட முடியவில்லை. அவர்களுக்குத் தான் முன்னுரிமை அளிக்கப்பட்டது. ஒரு டாக்சி வந்தது. அந்த ஸ்டாண்டில் தனியாக ஒரு இடத்தில் போய் அது நின்றது. படைவீரர்கள் வேகமாக அதை நோக்கி ஓடினார்கள். ஆனால் ஓட்டுநர் வெளியே வந்து, வாகனம் பழுதாகி இருப்பதாகச் சொல்லிவிட்டுத் தேநீர் குடிக்கச் சென்றார். நான் அவரைக் கவனித்துக்கொண்டிருந்தேன். படைவீரர்களை அவர் ஏமாற்று வதாக எனக்குத் தோன்றியது. அவரிடம் நெருங்கி, எங்களை தொஹோக்குக்கு அழைத்துச் செல்ல முடியுமா என்று கேட்டேன். “என் வண்டி பழுதாகிவிட்டது” என்றார். “உனக்கு எவ்வளவு வேண்டும்?” என்று கேட்டேன். இரண்டு மடங்குக் கட்டணம் கேட்டார். அங்கிருந்த ஒன்றிரண்டு சாதாரண பயணிகளிடம் போய்ப் பேசிப் பார்த்தேன். வழக்கமான கட்டணத்துக்குப்

பதிலாக இரண்டு மடங்கு கட்டணம் சம்மதமா என்று அவர்களிடம் கேட்டேன். இல்லையென்றால், இந்தப் படை வீரர்களுடன் சேர்ந்து இதே நகரத்தில் நிற்பதைத் தவிர வேறு வழியில்லை என்றேன். மூன்று பயணிகளை எப்படியோ சம்மதிக்க வைத்தேன். இப்பொழுது, ஒரு பெரிய பிரச்சனையைச் சமாளித்தாக வேண்டியிருந்தது. இந்தப் படைவீரர்களின் பார்வையில் சிக்காமல் எப்படி இந்த டாக்சியில் ஏறுவது? டாக்சி ஓட்டுநரிடம் அந்த வாகனத்தை ஸ்டாண்டில் இருந்து எடுத்துக்கொண்டுபோய், நகரத்தில் குறிப்பிட்ட இடத்தில் காத்திருக்கும்படிச் சொன்னேன். நாங்கள் அந்த இடத்துக்கு நடந்து வந்து ஏறிக்கொள்கிறோம் என்றேன்.

என்னிடம் ஒரு சென்ட்கூட இல்லை. நான் வயதான ஆள் பக்கத்தில் போய் உட்கார்ந்தேன். பார்க்க வசதியானவராகத் தெரிந்தார். அவர் என் கைக்கடிகாரத்தையே பார்த்துக்கொண்டு வந்தார். அதை வாங்கிக் கொள்ள அவர் ஆசைப்பட்டார். ‘அது எனக்கு ஒரு விலைமதிப்பற்ற அன்பளிப்பு. என்னால் அதை விற்க முடியாது’ என்று அவரிடம் விளக்கினேன். ரமோ எனக்கு ஒரு இடி கொடுத்தான். நான் அவனிடம் அமைதியாக இருக்கும் படி சைகை செய்தேன். தொஹோாக்கை நெருங்கிக்கொண்டிருந் தோம். ஓட்டுநர் எல்லோரிடமும் கட்டணம் வசூலித்துக் கொண்டிருந்தார். வழக்கம்போல், யாராவது பணத்தை எல்லோ ரிடமும் வாங்கி, சேர்த்துக் கொடுக்க வேண்டும். நான் அந்தப் பொறுப்பை எடுத்துக்கொண்டு, பணத்தை ஓட்டுநரிடம் கொடுத்தேன். அவர் வண்டியை ஓட்டிக்கொண்டே பணத்தாள் களை நோட்டமிட்டார். இரண்டு பயணிகளின் தொகை குறைவதாக என்னிடம் சுட்டிக்காட்டினார். நான் பதட்டப் படாமல், “உண்மைதான். அது நானும் என் நண்பனும்தான். எங்களிடம் பணம் இல்லை” என்று பதில் சொன்னேன். இதைக் கேட்ட அவர் ஏறக்குறைய வண்டியின் கட்டுப்பாட்டை இழந்து விட்டார். பயணிகள் எல்லோரும் பீதியில் அலறினார்கள். ஓட்டுநர் என்னைப் பார்த்து, “என்ன இது? நீதானே எல்லா வற்றையும் ஏற்பாடு செய்தாய்? இரட்டிப்புக் கட்டணம் செலுத்தவும் ஒப்புக்கொண்டுவிட்டு, இப்பொழுது பணம் கட்ட முடியாது என்கிறாயே!” என்றார்.

“இதோ பார். இரண்டு வழிகள்தான் இருக்கின்றன. ஒன்று, நீ எங்களைப் பாதை ஓரமாக இறக்கிவிடு. இல்லையென்றால், நாம் மீண்டும் தொஹாக்தான் போக வேண்டும் என்று உனக்குத் தெரியும். நீ எங்களிடம் நல்லவிதமாக நடந்து கொள்வாய் என்று நம்புகிறேன்” என்று அமைதியாக அவரிடம் சொன்னேன். ஓட்டுநர் ஒன்றும் பேசவில்லை. நாங்கள் நகரத்துக்கு

வந்து சேர்ந்தோம். அந்த ஆளுக்கு உண்மையிலேயே வேறு வழியில்லை. எப்படி இருந்தாலும், அவருக்கு நல்ல லாபம்தான். ஏனெனில், ஐந்து பேரில் மூன்று பேர் இரட்டிப்புக் கட்டணம் செலுத்தியிருந்தார்கள். வாகனத்தை விட்டு இறங்கும்போது அவருக்கு நன்றி சொன்னேன். என் கைக்கடிகாரத்தை வாங்க விரும்பிய அந்த வயதானவரிடம் சென்றேன். "என் கைக்கடிகாரத்தை விற்க நான் சம்மதிக்கிறேன். இதைப் பிரிவது எனக்குக் கஷ்டமாகத்தான் இருக்கிறது. இருந்தாலும், நீங்களே இப்போது புரிந்துகொண்டிருப்பீர்கள். எங்களிடம் ஒரு தினார்கூட இல்லை" என்று கூறினேன்.

கொஞ்சம் நேர பேரத்துக்குப் பின் என் மலிவான கைக்கடிகாரத்தை நல்ல விலைக்கு விற்றுவிட்டேன். முதல் முறையாக நான் உண்மையிலேயே நேர்மை இல்லாதவனாக உணர்ந்தேன்.

பையில் பணம் இருக்கவே, ரமோவும் நானும் வேகமாக ஒரு ரெஸ்டாரன்டுக்குள் நுழைந்தோம். அகோர பசியில் இருக்கும் இரண்டு ஓநாய்கள்போல நாங்கள் சாப்பிட்டோம். ஆளுக்கு ஒரு கோழியை ரொட்டி, வெங்காயம், வெள்ளரிக்காய், பெர்சி ஆகியவற்றுடன் சேர்த்து விழுங்கினோம். நிறைய பீர் குடித்தோம். நாங்கள் வைத்திருந்த பணத்தில் கால் பகுதிதான் செலவாகி இருக்கும். அன்று பகல் என் நண்பனின் சகோதரி வசிக்கும் மொசூலுக்குப் புறப்பட்டோம். இருபது நாட்களில், முதல் முறையாக நாங்கள் நன்றாகக் குளித்தோம். இரவு, செமிராமிஸில் ஒரு இந்தியத் திரைப்படத்தைப் பார்த்தோம்.

வீடு திரும்பியதும், ரமோவின் அக்கா எங்களைக் கடுங் கோபத்துடன் வரவேற்றார். அவரைப் பொருத்தவரை நான் தான் அவருடைய தம்பியைக் கெடுத்துவிட்டேன். நாங்கள் பிரிந்துவிடுவது என்று முடிவாகி ஆக்ரே நகருக்கு அவரவர் விருப்பப்படி தனித்தனியாகப் போவது என்று தீர்மானித் தோம். எதிர்காலத்தில் என்ன நடக்கும் என்று தெரியவில்லை. அதன் பிறகு, நான் என் நண்பனைப் பார்க்கவே இல்லை. நாங்கள் போய்ப் பார்த்த குழுவின் பொறுப்பாளரை மீண்டும் சந்திக்க அவனுடைய குடும்பத்தினர் அவனுக்குத் தடை விதித்துவிட்டார்கள். வேறு சில நண்பர்களும் என்னைத் தவிர்க்க ஆரம்பித்தார்கள். அப்படிப் பட்டவர்களிடையேயும், சிலர் என்மேல் இன்னும் அதிக மதிப்பு வைத்திருந்தார்கள் என்பது எனக்கு நன்றாகத் தெரியும். ஆனால், என்னிடம் ஏதோ அபாயம் இருப்பதாகக் கருதினார்கள். என் நடவடிக்கைகள் குறித்துத் தெரிந்து வைத்திருந்தாலும், என்னைப் பாதுகாப்புப் படை காலம் கனியட்டும் என்று சுதந்திரமாக உலவவிட்டு

இருந்தது. யாருடன் நான் தொடர்பு வைத்திருக்கிறேன் என்று கண்டுபிடித்து எல்லோரையும் கூண்டோடு பிடிக்க அவர்கள் திட்டமிட்டு இருந்தார்கள். போராளிகளின் தரப்பில் இருந்து எதுவும் நடக்காமல் மௌனம் காத்தார்கள். என்னிடம், வெடிபொருட்களையோ ஆயுதங்களையோ கொண்டுவந்து யாரும் தரவில்லை. நான் வீட்டில் பெரும்பாலான நேரத்தைப் படிப்பதிலும் ஓவியம் வரைவதிலும் கழித்துவந்தேன். என் அப்பா கொஞ்சம் கொஞ்சமாக நம்பிக்கை இழப்பதைப் பார்த்தேன். எதற்கெடுத்தாலும் பதற்றமடைந்து, எரிந்து விழுந்தார். மேலும் மேலும் தனிமைப்பட்டுப் போனார். அவர் தோட்டத்தில் நடந்துகொண்டு இருப்பதைச் சன்னல் வழியாகப் பார்த்தேன். அவர் மாதுளை மரங்களைச் சிறிது நேரம் நின்று கவனித்துக்கொண்டிருந்தார். என் அம்மா அவரைக் கூப்பிட்டபோது, என் வீட்டை நோக்கிக் கைகளைப் பின்புறம் கட்டிக்கொண்டு ஏறினார். முதுகு கூன் வளைந்து மிகவும் சோகமாகக் காணப்பட்டார்.

என் அண்ணனின் மகள் ஸிலானுக்கு உடல்நிலை சரியில்லாமல் போனது. அவள் உடம்பு முழுவதும் வீங்கி இருந்தது. இரண்டு நாளுக்கு முன், பாட்டு வகுப்பின்போது பாத் அதிபரின் புகழ்பாடும் பாட்டைப் பாடாமல் குர்திய தேசப்பக்தி பாடலைப் பாடிவிட்டாள். பாத் கட்சியைச் சேர்ந்த பள்ளி ஆசிரியை அவளைப் பள்ளியின் முதல்வர் அலுவலகத்துக்கு இழுத்துக்கொண்டு போனார். அங்கு, அவளிடம் யார் இந்தப் பாடலைக் கற்றுத் தந்தது என்றும் அவள் குடும்பமும் அவளும் அதிபரைப் பற்றியும் ஈராக்கியர் களைப் பற்றியும் என்ன நினைக்கிறார்கள் என்பது பற்றியும் விசாரணை நடந்தது. ஸிலான் தன்னை ஒரு குற்றவாளியாக உணர்ந்தாள். ஏதோ ஒரு தவறு செய்துவிட்டது அவளுக்கு விளங்கியது. நாங்கள் அவளிடம் இனி அப்படிச் செய்ய வேண்டாம் என்று சொல்லி வைத்தோம். மேலும் புரிய வைப்பதற்காக நாங்கள் அவளிடம், “இது போன்ற பாட்டைப் பாடினால் உன் அப்பா உயிருக்கு ஆபத்தைத் தேடித் தந்து விடுவாய்” என்றும் சொல்லிவைத்தோம். இது நடந்ததில் இருந்து அவளுக்கு உடல் நிலை கெட்டுவிட்டது. தோட்டத்தில் அமர்ந்திருந்த என் அப்பா அவளைக் கூப்பிட்டார். அவள் வெளியே வந்தாள். வெளிறிப்போய் இருந்தவள் என் அப்பா வின் கைகளில் அப்படியே விழுந்து அழுதாள். ஸிலான் எங்களுடைய செல்லமான குழந்தை. எனவே, அப்பா அவளைச் சமாதானம் செய்ய விரும்பினார். “செல்லமே, உன் அப்பாவை நினைத்துக் கவலைப்படாதே. அவன் மலையில் பத்திரமாக இருக்கிறான். ஈராக்கியர்கள் அவனை நெருங்க

முடியாது” என்று ஆறுதல் கூறினார். அவர் மிகவும் சோர்வாக இருந்ததால் அவளை மருத்துவமனைக்கு அழைத்துப் போகும் படி என்னிடம் சொன்னார். ஸிலானைத் தூக்கிக்கொண்டு புறப்பட்டேன். போகும் வழியில் நின்று கோகோக்கோலா சாப்பிட்டோம். அவள் நடக்க ஆசைப்பட்டாள். எனவே மீதி தூரத்தை இருவரும் நடந்தே அடைந்தோம்.

மருத்துவமனையில் கம்பவுண்டர் ஒருவர் – அவரை நாங்கள் டாக்டர் என்றுதான் அழைப்போம் – மேலோட்ட மாக அவளைப் பரிசோதித்துவிட்டுச் சில மாத்திரைகளைச் செய்தித்தாளைக் கிழித்துத் துண்டுச் சீட்டில் மடித்து என்னிடம் கொடுத்தார். வீட்டுக்குத் திரும்பியதும், மீண்டும் ஓவியம் வரைய ஆரம்பித்தேன். என் அருகே போர்வையை போர்த்திக்கொண்டு ஸிலான் ஒரு மெத்தைமீது படுத்திருந்தாள். எனக்கு அவளை மிகவும் பிடிக்கும். அவளுடைய ஓவியத்தை வரையப் போவதாக நான் கூறியதும் அவள் போர்வையை விலக்கிவிட்டு உற்சாகமாக எழுந்துவிட்டாள்.

என் கணித ஆசிரியர் ஜேக்கப் என்னைப் பார்க்க விரும்பினார். யாருடைய கவனமும் எங்கள் பக்கம் திரும்பாமல் இருக்க, இங்கிருந்து எழுபது கிலோமீட்டர் தூரத்தில் இருக்கும் மொசூல் நகர அரேபிய உணவுவிடுதி ஒன்றில் சந்திப்பது என்று முடிவு செய்தோம். நான் அந்த இடத்துக்குச் சென்ற போது, ஜேக்கப் பாத் செய்தித்தாளான *அல்சுவுரா*வைப் படித்துக் கொண்டிருந்தார். அவர் எதிரில் இருந்த தேநீர் கோப்பையை ஈக்கள் ஆக்கிரமித்திருந்தன. நாங்கள் அங்கிருந்து வெளியேறிப் பாப் – எல் – தோப் பகுதிக்குச் சென்றோம். அது நகரத்தின் உழைக்கும் வர்க்கம் வசிக்கும் மிகவும் சத்தமான பகுதியாகும். நடந்துகொண்டே கும்பலில் கரைந்துவிட்டால் பாதுகாப்பாகப் பேசிக்கொண்டிருக்கலாம். புரட்சியைப் பற்றியோ பழைய வழிமுறைகளைப் பற்றியோ இனியும் சிந்தித்துப் பார்க்க நான் தயாராக இல்லை. வேறு எதையாவது நோக்கிச் செல்ல வேண்டும் என்று விரும்பினேன்.

பொழுது சாயும்போது. நான் ஆக்ரே நகருக்கு வந்து சேர்ந்தேன். ஸிலானின் உடல்நிலை மேலும் மோசமாகி இருந்தது. அப்பா அவளது போர்வைகளைச் சரிசெய்துகொண்டிருந்தார். என்னைப் பார்த்தவுடன் அவருடைய முகம் பிரகாசமானது. மருத்துவமனைக்கு அவளைத் திரும்பவும் அழைத்துப் போகும் படி என்னைக் கேட்டுக்கொண்டார். அவர் மிகவும் சோர்ந்து காணப்பட்டார். அவரைப் பார்த்துச் சிரித்தபடி, “அப்பா, என்னால் கற்பனைகூட செய்துபார்க்க முடியவில்லை. தளபதி யின் அந்தரங்கத் தகவல் தொடர்பாளர் ஷெரோ இப்படிச்

சோர்ந்துபோய் இருப்பாரா" என்றேன். அவர் என்னிடம், "தம்பி, அது அந்தக் காலம். எல்லாம் முடிந்து அடங்கிவிட்டது" என்று மட்டும் கூறினார். நான் குனிந்து ஸிலானை முத்தமிட்டு அணைத்தேன். அவளுடைய சிறிய மார்பில் இருந்து வெளிப்படும் மூச்சுக் காற்றின் சத்தம் கேட்டது. அவள் மிகவும் சிரமப்பட்டு சுவாசித்துக்கொண்டிருந்தாள். அவள் நிலைமை மோசமாகிக்கொண்டு வந்தது. அவளைத் தூக்கி ஒரு போர்வையால் சுற்றி மீண்டும் மருத்துவமனைக்குப் புறப்பட்டேன். மூச்சு விடத் தத்தளித்துக்கொண்டிருந்தாள். அவளுக்கு நம்பிக்கை ஏற்படுத்த, அப்படியே அணைத்துக்கொண்டு வேகமாக நடந்தேன். பாத் அலுவலகம் இருக்கும் வழியாகச் செல்லும் குறுக்குப் பாதையில் சென்றேன். அது இரவில் மிகவும் ஆபத்தான இடம். காரணம் கண்டவுடன் சுட்டுவிடுவார்கள். அவளுக்கு மூச்சுத் திணறல் அதிகமாகிக்கொண்டே போனது.

ஒரு வழியாக மருத்துவமனைக்கு வந்து சேர்ந்தோம். காலியாக இருந்த ஒரு அறையில், கட்டில் ஒன்றில் அவளைக் கிடத்திவிட்டு, அங்கிருந்த கம்பவுண்டரிடம் உடனடியாக டாக்டரைக் கூப்பிடும்படி சொன்னேன். அவர் வெளியே ஓடினார். மீண்டும் ஸிலான் அருகில் திரும்பி வந்தார். எனக்குப் பைத்தியம் பிடித்ததுபோல் ஆகிவிட்டது. அவளை முத்தமிட்டு மறுபடியும், "ஒன்றும் இல்லை. டாக்டர் வந்துவிடுவார்" என்று ஆறுதல் சொல்லிக்கொண்டிருந்தேன். மீண்டும் அந்தக் கம்பவுண்டர் தனியாக வந்தார். நான் அவரைத் திருப்பி அனுப்பி, ஒரு டாக்டர் உடனடியாக வந்தாக வேண்டும் என்று வலியுறுத்தினேன். குழந்தையின் அருகில் மறுபடியும் வந்தேன். அவள் எங்கே மூச்சுவிடுவதை நிறுத்திவிடுவாளோ என்று அவளைக் கண்காணித்துக்கொண்டே இருந்தேன்.

நிமிடங்கள் யுகங்களாகக் கடந்துகொண்டிருந்தன. ஆனால், எந்த டாக்டரும் வந்தபாடில்லை. இனியும் என்னால் தாக்குப் பிடிக்க முடியாது. என்ன செய்வது என்று தெரியாமல் அந்த ஹாலில், இருந்த டாக்டரின் அலுவலகம்வரை ஓடினேன். அவர் கதவை வேகமாகத் தட்டினேன். பலனில்லை. திரும்பி ஸிலான் அருகில் வந்து பார்த்தபோது, அவள் பார்வையில் மங்கலாக ஒரு ஒளி தெரிந்தது. ஆனால் டாக்டர் இன்னும் வந்து சேரவில்லை. மறுபடியும் போய் அந்த டாக்டர் இருந்த அறைக் கதவைத் தட்டினேன். பலமுறை தட்டிய பிறகு அவர் ஒரு வழியாகத் திறந்தார். அவர் தலைவாரிக்கொண்டிருந்தார். ரகசிய போலீஸ் தலைமை அலுவலகத்தில் நாங்கள் இருவரும் ஒரு முறை சந்தித்திருக்கிறோம். என்னை ஏளனமாகப் பார்த்து விட்டு, மெதுவாக அந்த அறையை நோக்கி நடந்துபோனார்.

நான் அவருக்கு முன் வேகமாக ஓடினேன். அவர் அறைக்குள் நுழைந்ததும், “அவளால் இப்பொழுது சுவாசிக்க முடிய வில்லை” என்று கத்தினேன். அவர் கொஞ்சம்கூட கருணை யில்லாமல், “இது தீவிரவாதியுடைய மகளா?” என்று கேட்டார். “அவள் ஒரு குழந்தை. அவ்வளவுதான். ஏதாவது செய்யுங்கள்” என்று கெஞ்சினேன். அவர் கூச்சல் போட ஆரம்பித்தார்: “அட குரங்குக்குப் பிறந்தவனே. எனக்கு என்ன உத்தரவு போடு கிறாயா?” என்று திட்டினார். அங்கிருந்த கம்பவுண்டரிடம் ஆக்சிஜன் சிலிண்டர்களை கொண்டு வரும்படி சைகை காட்டினார். அவற்றைத் தள்ளிவர நான் அவருக்கு உதவி செய்தேன். அவை மிகவும் எடைகுறைவாக இருந்தன. எனவே, அவை காலியாக இருக்குமோ என்று நினைத்தேன். அவர்கள் இரண்டுபேரையும் பார்த்து, “அவை காலியாக இருக்கின்றன” என்று பதறினேன். நான் சொன்னதை மருத்துவர் பொருட் படுத்தவில்லை. எனக்கு எப்படி நடந்துகொள்வது என்று தெரியவில்லை. அவர் ஸிலானின் முகத்தில் ஒரு மாஸ்க்கை வைப்பதைப் பார்த்தேன். அவள் லேசாகத் தலையை அசைத்தாள். இரண்டு நிமிடங்கள் கழித்து மாஸ்க்கை எடுத்து விட்டு, கம்பவுண்டரை மட்டும் பார்த்து, “முடிந்துவிட்டது” என்று சொல்லிவிட்டு வெளியே போய்விட்டார்.

நான் ஸிலானைப் பார்த்தேன். என் உடம்பின் மொத்த சக்தியையும் இழந்துவிட்டதைப்போல் உணர்ந்தேன். என் அண்ணன் மகள்மேல் விழுந்து அழுதேன். பிறகு எழுந்து வெளியே வந்தேன். நான் அமைதியாக இருந்தேன். ஆனால் இருமி எச்சில் துப்பும்போது ரத்தமும் வந்தது. ஸிலானின் உடலை வெள்ளைத் துணியால் போர்த்தி ஒரு ஜீப்பின் பின் பக்கம் வைத்து, என் அப்பாவிடம் கொண்டு வந்து ஒப்படைத்தார் அந்தக் கம்பவுண்டர்.

என் ஆவணங்களில் வயது பதினான்கு என்று இருந்தாலும் நான் இப்பொழுது மேஜராகி விட்டேன். என்னைத் தெரிந்தவர்களுக்கு நான் ஒரு அமைதியான பையன். ஆனால் ஆபத்தானவன். என் நண்பர்களின் கண்ணுக்கு, நான் ஒரு புதிரான ஆள். அரசாங்க உளவாளிகளின் பார்வையில், நான் ஒரு கொசு. என் அம்மாவோ, என்னை வெந்நீரைக் காலில் கொட்டிக்கொண்டதைப்போல ஒரு இடத்தில் நிற்காமல் அலைந்துகொண்டே இருக்கும் நாய் என்று நினைப்பார். என்னைப் பொருத்தவரை, இவை எல்லாமே சேர்ந்த கலவைதான் நான்.

அம்மா என்னிடம், "தம்பி, கொஞ்சம் அமைதியாக இரு" என்று நாள் முழுவதும் சொல்லிக் கொண்டே இருப்பார். ஆனால், எதுவும் என் மனதை அமைதிப்படுத்த முடியவில்லை. என் படிப்பின் மீது கவனம் செலுத்துவதை நிறுத்தி நீண்ட நாட்கள் ஆகிவிட்டன. பெரும்பாலான நேரத்தை முதல் மாடியில் இருக்கும் என் அறையில் கழித்து வந்தேன். வசந்தம் வந்தது. மாதுளை மரங்கள் பூத்துக் குலுங்க ஆரம்பித்துவிட்டன. நான் அவற்றை என் ஜன்னல் வழியாகப் பார்க்க முடிந்தது.

நான் அந்த மரங்களைப் பார்த்தேன். அதன் வழியாக முன்கூட்டியே வந்துவிட்ட வசந்தத்தின் வெளிச்சத்தை உணர்ந்தேன். பிறகு என் எதிரில், மேசையில் இருந்த புத்தகத்தைப் பார்த்தேன். என் அம்மா படிக்கட்டுகளில் ஏறி வரும் சத்தம் கேட்டது. முடிந்தபோதெல்லாம் என்னை அவர் கண்காணித்துக் கொண்டிருந்தார். "தம்பி, என்ன செய்துகொண்டிருக்கிறாய்?" என்று கேட்டார். நான் உடனே, "அம்மா, நீதான் பார்க்கிறாயே. நான் படித்துக்கொண்டிருக்கிறேன்" என்று பதில் சொன்னேன். அம்மா குனிந்து புத்தகத்தை மூடி

வைத்தார். அந்தப் புத்தகத்தின் ஆரம்பப் பக்கங்களையும் மேல் அட்டையையும் உற்றுப் பார்த்துவிட்டு என்னைப் பார்த்தார். "தம்பி, ஏன் என்னிடம் விளையாடுகிறாய்? என்னிடம் படித்துக் கொண்டிருக்கிறேன் என்று சொல்கிறாயா?" என்று கேட்டார். நான் சிரித்துக்கொண்டே, "அம்மா, என் முன் இருப்பது புத்தகம் இல்லையா?" என்று கேட்டேன். அவர் விடாமல், "தம்பி, நான் பேசுவது பள்ளிக்கூடப் புத்தகங்களைப் பற்றி!" என்று சொன்னார்.

என் அம்மாவுக்கு நன்றாகப் படிக்கத் தெரியாது. அரேபிய மொழியைப் படிக்க மேலும் கஷ்டப்படுவார். ஆனால், எது பள்ளிக்கூடப் புத்தகம், எது பள்ளிக்கூடப் புத்தகம் அல்ல என்பதைத் தெரிந்துவைத்திருந்தார். ஏனெனில் பாடப்புத்தகங்களின் மேல் அட்டையில் சதாம் உசேனின் படம் இருக்கும். அதில் அவர் சுருட்டு புகைத்தபடியோ துப்பாக்கியால் சுட்டபடியோ குதிரைமீது பாரம்பரிய அரேபிய உடையில் அமர்ந்து வேட்டையாடியபடியோ ஏ.கே.47ஐ வைத்துக்கொண்டோ காணப்படுவார். அம்மா ஏமாற்றத்துடன், என் அறையைவிட்டு வெளியே போனார். கறுப்பு உடை அணிந்திருந்த அவருடைய சிறிய உருவம் மறைவது தெரிந்தது. அவர் படிக்கட்டுகளில் இறங்கும் சத்தம் எனக்குக் கேட்டது. நான் எழுந்தேன். ஜன்னல் அருகே சென்று வெளியே பார்த்தேன். என் மனதில் நான் எங்கே யாவது வெளியே ஓடிப்போய்விட வேண்டும் என்று திட்டமிட்டுக்கொண்டிருந்தேன். அது ஐரோப்பாவாக இருக்கலாம்.

என் வீட்டில் இருந்து வெளியே வந்தேன். அம்மா என்னைப் பார்த்து, "தம்பி, தாமதமாக வீடு திரும்பாதே" என்று உரக்கச் சொல்வது கேட்டது. வழியில், ரமோவைச் சந்தித்தேன். இருவரும் ஒரு பாருக்குப் போனோம். அரை பாட்டில் சாராயம் கொண்டு வரும்படி சொன்னோம். வழக்கம்போல், சிரிய நாட்டு சர்வர், அரைபாட்டில் மதுவோடு சைட் டிஷாக ஒரு கிண்ணத்தில் கடலையையும் கொண்டுவந்தார். நான் சொல்வதை ரமோ கவனமாகக் கேட்டுக்கொண்டிருந்தான். அவனை உற்றுப் பார்த்து, "நான் ஐரோப்பாவுக்குப் போய் விடலாம் என்று இருக்கிறேன்" என்றேன். அவன் சிரித்துக் கொண்டே, "நானும்தான் போக வேண்டும் என்று நினைக்கிறேன். ஆனால் அடுத்த வருடம் எனக்குப் பட்டம் கிடைத்துவிடும். எனக்காகக் கொஞ்சம் காத்திரு. சேர்ந்தே போகலாம்" என்று சொன்னான். நானும் அவனுடன் சேர்ந்து சிரித்தேன். படிப்பைப் பொருத்தவரை, எனக்கு எதிர்காலம் எதுவும் இல்லை என்றும் அவனுக்கு அது உண்டு என்றும் ரமோ நினைத்தான். என்னுடன் மலைப்பகுதிக்கு வந்ததால் ஏற்கனவே அவனுக்குச் சங்கடம் ஏற்பட்டிருந்தது. எனவே மீண்டும் ஒரு முறை அதே தவறைச் செய்ய அவனுக்கு விருப்பம் இல்லை. அவன் என்னைப்

பார்த்து, "ஈராக்கில் இருந்து எல்லோரும் போக முடியும் என்றால்கூட உனக்கு மட்டும் அந்த வாய்ப்பு கிடைக்காது. முதலில், நீ ஒரு பாத் கட்சி ஆளாக இருக்க வேண்டும். எப்படி இருந்தாலும் பயணங்கள் எல்லாமே தடைசெய்யப்பட்டுள்ளன" என்று சொன்னான். அந்த நேரத்தில், இரண்டு நபர்கள் பாருக்குள் நுழைந்ததும் நாங்கள் பேசுவதை நிறுத்திக்கொண்டோம். அவர்கள் ஒரு மேசை எதிரில் போய் உட்கார்ந்தார்கள். அவர்களில் ஒருவர் கமால். ஆக்ரே நகரில் எல்லோருக்கும் எல்லோரையும் தெரியும். ஆனால் கமாலை எனக்கு நன்றாகவே தெரியும். அவர் என் அண்ணன் திலோவானின் பால்ய வயது நண்பர். ஆனால் கடந்த மூன்று வருடங்களாக அவரிடம் பேசுவதை என் அண்ணன் நிறுத்தியிருந்தார். சாதாரணமாகக் கடந்து செல்லும்போது சலாம் வைப்பதோடு சரி. ஏனெனில், கமால் பாத் கட்சிக்கு மாறிவிட்டது மட்டுமல்லாமல், அந்தக் கட்சியின் ஊழியராகவும் இருந்தார். கமால் அடிக்கடி திரும்பித் திரும்பி என்னையே பார்த்துக்கொண்டிருந்தார். அப்படிப் பார்த்தது எனக்கு ஆச்சரியமாக இல்லை. நான் அவருடைய சந்தேகத்துக்கிடமான ஆள் என்பது எனக்குத் தெரியும். மிச்சமிருந்த மதுவைச் சாப்பிட்டு முடித்ததும் பாரைவிட்டு வெளியேறினோம்.

அடுத்த நாள் சராய் பஸாரில் உள்ள தேநீர் விடுதியில் என் நண்பன் அகோவுக்காகக் காத்திருந்தேன். தேநீர் விடுதியில் கூட்டம் நிறைந்து வழிந்தது. வயதானவர்களும் வேலையில்லாத இளைஞர்களும் இருந்தனர். அவர்கள் டொமினோ விளையாடிய படியும், சிகரெட் புகைத்துக்கொண்டும், தரையில் எச்சில் துப்பிக்கொண்டும் இருந்தார்கள். சமையலறையில் இருந்து நெடி அதிகமாக வந்தது. வெளியே லேசாகத் தூறிக்கொண்டிருந்தது. அது அந்த ஆண்டின் வசந்தத்தை வரவேற்கும் குளிர்காலத்தின் கடைசிக் கட்டமாகும். கண்ணாடிக் கதவில் இருந்த சதாம் உசேனின் பெரிய படம் விடுதிக்கு வெளியே உள்ளதைப் பார்க்கவிடாமல் மறைத்துக்கொண்டிருந்தது. கடையில் சர்வர் வேலை செய்த சிறுவன் எனக்குத் தேநீர் கொண்டுவந்தான். கமால் வருவதைக் கண்ணாடிக் கதவின் வழியாகப் பார்த்தேன். அவரும் என்னைப் பார்த்துவிட்டார். ஒவ்வொரு முறையும் கார் அந்த வழியாகக் கடந்து செல்லும்போது கண்ணாடிக் கதவிலும் அதிலிருந்த சதாம் உசேனின் படத்திலும் சேறு வந்து விழும். தேநீர் விடுதியின் உரிமையாளர் கடைச் சிறுவனிடம் ஒரு துணியைக் கொடுத்து அதை உடனடியாகத் துடைக்கச் சொல்வார். கண்ணாடிக் கதவு மறுபடியும் சுத்தமாகும். இது சுத்தம் கருதியோ அல்லது அவருக்குள்ள கலையுணர்வாலோ அல்ல, மேன்மைதாங்கிய அதிபரின் படத்தை உதாசீனம் செய்தால் அது ஆபத்தில் போய் முடியும் என்ற பயம்தான். கொஞ்சம்

கொஞ்சமாக மழை நின்றுவிட்டது. ஆனாலும் அந்தப் படத்தில் வந்து விழப் போதுமான அளவு சேறு வீதியில் இருந்தது. இறுதி யில், கடையில் வேலை செய்யும் பையன், தேநீர் பரிமாறுவதை நிறுத்திவிட்டு, அந்தக் கண்ணாடிக் கதவைத் துடைப்பதற்காக, அதன் எதிரில் துணியை வைத்துக்கொண்டு நின்றிருந்தான். மறுபடியும் கமால் அந்த விடுதியை நோக்கி வருவதைப் பார்த்தேன். அவர் நன்றாக நனைந்திருந்தார். நான் எழுந்து போய்விடலாமா என்றுகூட நினைத்தேன். இல்லையென்றால், அவர் சட்டையைப் பிடித்து, 'என்னிடம் என்ன வேண்டும்?' என்று கேட்க நினைத்தேன். நான் கதவின் அருகில் சென்றேன். அவர் கொஞ்ச தூரத்தில் சிகரெட் புகைத்துக்கொண்டு அசை யாமல் நின்றுகொண்டிருந்தார். நாங்கள் இருவரும் ஒருவரை யொருவர் பார்த்துக்கொண்டோம். என்னை யாரோ பின் தொடர்கிறார்கள் என்பது மட்டும் எனக்குத் தெரியும். ஆனால் அது என் அண்ணனின் பழைய நண்பரும் ஒரு குர்தியருமான கமாலாக இருக்கும் என்று கற்பனை செய்துபார்க்க முடிய வில்லை. நான் திரும்பிவந்து உட்கார்ந்தேன். அகோவுக்காகத் தான் நான் காத்திருக்க வேண்டும். அவன் வரவேண்டிய நேரம் ஏற்கனவே கடந்துவிட்டது. சிறுவன் தொடர்ந்து கண்ணாடியைத் துடைத்துக்கொண்டே இருந்தான். வாகனங்கள் சேற்றை வாரி அடித்ததில், அடர்த்தியான சில கறைகள் எளிதில் போக மறுத்தன. எனவே அந்தப் பையன் அதன் மேல் எச்சில் துப்பி, துணியால் துடைத்தான். அவன் அவ்வாறு படத்தில் துப்பியது எனக்குச் சந்தோஷமாக இருந்தது. உடனே, உரிமையாளர் 'சமையலறையில்' இருந்து வெளியே வந்தார். அவன் காதைப் பிடித்துத் திருகி உள்ளே இழுத்துக்கொண்டுபோய், அவனுக்குப் பெரிய அறை கொடுத்தார். அவனைப் பார்த்துக் கோபமாக, "கழுதைக்குப் பிறந்தவனே! யாராவது உன்னைப் பார்த்திருந் தால், இந்நேரம் என் டீக்கடை தரைமட்டமாகி இருக்கும்" என்று கத்தினார். நான் அதைப் பார்த்துக்கொண்டிருந்தேனே தவிர ஒன்றும் செய்ய முடியவில்லை. ஒரே ஒரு அறை போதும். அந்தச் சிறுவனுக்கு வெற்றி கிடைத்திருக்கும்.

திடீரென்று, கமால் மீண்டும் கண்ணாடிக் கதவின் எதிரில் வந்து நின்று, என்னை வெளியேவரும்படி சைகை செய்தார். எந்த வித பயமும் இல்லாமல் அவரை நோக்கிப் போனேன், "என்ன விஷயம்?" என்று கேட்டேன். "வா... வா..." என்றார். நான் அவர் பின்னால் சென்றேன். எனக்கு முன் சில அடிகள் நடந்து சென்றுகொண்டிருந்தார். எங்கள் இருவரையும் யாராவது ஒன்றாகப் பார்த்துவிட்டால், அவர்மீது சந்தேகம் ஏற்பட்டுவிடும் என்பதால் அப்படிச் செய்தார். நானும் அதே காரணத்துக்காக அவருடன் சேர்ந்து நடப்பதை விரும்பவில்லை. பிறகு, யாரு மில்லாத இடமாகப் பார்த்து நின்றார். அங்குமிங்கும் நோட்ட

அப்பாவின் துப்பாக்கி

மிட்டபடி, அவர் என்னிடம், "நீ திலோவானின் தம்பி. நான் உங்களுக்கு நல்லதை நினைக்கிறேன். கட்சி அலுவலகத்தில் உன்னைப் பற்றிய கோப்பு இருந்ததைப் பார்த்தேன். உன்னை எந்த நேரத்திலும் கைது செய்துவிடுவார்கள். உன்னைக் கைது செய்வதற்கு முன்பாக உன்னிடம் எச்சரிக்கை செய்துவிட வேண்டும் என்று நினைத்தேன்" என்று சொன்னார். எதுவும் பேசாமல் அவர் சொல்வதைக் கேட்டுக்கொண்டிருந்தேன். அவர் தொடர்ந்து, "உனக்குத் தெரியும். நான் ஒருவருக்கும் எந்தத் தீங்கும் செய்வது கிடையாது" என்றார். "ஆனால் நீ கட்சிக்காரன் மட்டுமல்ல. அந்தக் கட்சியில் நீ முக்கியப் பொறுப்பில் உள்ளவன்" என்றேன். "நான் பெயருக்குத்தான் கட்சி நிர்வாகி. அவர்கள் என்னை நம்புவதில்லை. நான் ஒரு குர்தியன்தான், ஆனால், என் குடும்பத்தைப் பாதுகாக்க வேண்டிய பொறுப்பு எனக்கு இருக்கிறது. சொல்ல வேண்டியதை நான் உன்னிடம் சொல்லிவிட்டேன்; இப்பொழுது நீ ஏதாவது ஒரு முடிவுக்கு வர வேண்டும். உன் அண்ணன் இருக்கும் இடம் தெரிந்தால் நான் விசாரித்ததாக அவனிடம் சொல்..." எனக் கூறி முடித்தார்.

கமால் அங்கிருந்து போய்விட்டார். நான் அங்கேயே நின்று கொண்டிருந்தேன். எனக்குக் கொஞ்சம் பயம் வந்தது. உடனடி யாகத் தப்பித்துவிடுவது நல்லதா என்று யோசித்துப் பார்த்தேன். ஆனால் நான் அகோவைப் பார்த்தாக வேண்டும். மீண்டும் தேநீர் விடுதிக்குத் திரும்பினேன். போகும் வழியில், என்னைக் கடந்து செல்லும் எல்லோரையும் சந்தேகப்பட்டுக் கொண்டே நடந்தேன். கடைக்குள், முடிதிருத்தும் கம்யூனிஸ்ட் அப்துல்லாவின் மகன் ஜமால் எனக்காகப் பரபரப்புடன் காத்திருந்தார்.

"அகோ எங்கே" என்று நான் அவனிடம் கேட்டேன். "அகோவுக்கு ஒரு பிரச்சனை. அவனுடைய தங்கை நாஸிக் யாரோ ஒருவனுடன் ஓடிப்போய்விட்டாளாம்" என்றான்.

எனக்கு கமாலும் மற்ற கவலைகளும் மறந்துபோயின. நான் ஆகோ வீட்டுக்குச் செல்லும்போதெல்லாம், என் கோட் பையில் காதல் கடிதம் செருகிய பெண்தான் நாஸிக். 'ஓடிப் போய்விட்டாளா?' என்று நினைத்துப் பொருமினேன்.

நான் வீடு திரும்பியதும், மீண்டும் ஒரு முறை அவள் எழுதிய கடிதங்களைப் படித்துப் பார்த்தேன். "என் இனிய ஆசாத்... நீதான் இதயத்தின் நேசம்..." என்று எழுதியிருந்தது. ஆனால் நான் அதிகமாகத் துயரம் அடையவில்லை. என்னைப் பொருத்த வரை, பெண் என்றால், காதல் என்றால் அது ஜியான்தான். அன்று ஒரு நாள், எனக்கு ஒரு மின் விளக்கைத் தந்து உத வினாளே அந்தப் பெண்.

ஹினெர் செலீம்

வானொலி, தொலைக்காட்சி, அரசாங்கச் செய்தித்தாள்கள் அனைத்தும் சதாம் உசேனுடன் இணக்கம் காட்டும் ஹஃபீஸ் எல் அசாதின் அறிவுக்கூர்மையையும் சாதுர்யத்தையும் பற்றிப் பேசின. எப்படியும் சிரியாவும், ஈராக்கும் ஒன்றுசேரும் என்றும் ஆருடம் கூறின. என் கண்களையும் காதுகளையும் என்னால் நம்ப முடியவில்லை. ஆனால் அன்றைய தேதிவரை, ஆசாத் அரேபிய நாட்டின் துரோகி என்று சித்தரிக்கப்பட்டவர். ஆசாத்தும் ஒரு அதிபர்தான் என்பதும் அவருடைய நாடும் பாத் நாடுதான் என்பதும் எனக்குத் தெரியும்.

ஈராக் முழுவதும் விழாக்களைக் கொண்டாட ஏற்பாடு செய்யப்பட்டிருந்தது. ஆக்ரே நகரில்கூட விழா நடந்தது. எல்லோரும் இரண்டு அதிபர்களைப் பற்றிப் பேசிக்கொண் டிருந்தார்கள். நிலவு பகலில் தெரிகிறது, சூரியன் இரவில் தெரிகிறது என்று சதாம் உசேன் கூறிவிட்டால்போதும், எல்லோரும் குருடர்களாகிவிடுவார்கள். இரண்டு பாத் நாடுகளும் இணைவதற்கான முதல் அறிகுறிகள் தோன்றியதும், இரண்டுப் பக்கங்களில் இருந்தும் தாராளமாக மக்கள் வந்து போக ஆரம்பித்தார்கள். கொண்டாட்டம் ஆரம்பமானது. ஒருவழியாக, எனக்கும் சந்தோஷமாக இருந்தது. அரேபிய ஒற்றுமை என் வாழ்க்கையில் ஒரு நல்ல தருணத்தை வழங்கியிருந்தது. ஈராக்கை விட்டு வெளியேற பாஸ்போர்ட் பெறுவதற்கு ஏதாவது வழி கிடைக்காதா என்று நீண்ட காலமாக எதிர்பார்த்துக் கொண்டிருந்தேன். இந்த நேரத்தில் காவல்துறை, உளவுத்துறை என அரசு நிர்வாகம் முழுவதும் விழாக்களில் ஈடுபட்டிருக்கும். எனவே, மொசூல் சென்று, பாஸ்போர்ட் அலுவலகத்தில் விண்ணப்பம் கொடுத்தேன். அங்கிருந்த பாதுகாப்பு அதிகாரி ஒருவர், அதைப் படித்துப் பார்த்தார். என் வயதுதான் பிரச்சனையைக் கிளப்பியது. ஆவணங்களின்படி என் வயது பதினான்கு. எனவே யாராவது என்னுடன் துணைக்கு வந்தாக வேண்டும். உடனே நான், “நான் என்னுடைய கார்டியனுடன் போகிறேன். இளம் ஈராக்கிய பாத் கட்சியின் உறுப்பினராகிய நான், சிரியா பாத் கட்சியின் இளம் தோழர்களைப் பார்க்கப் போகிறேன் என்பதால் அதற்கு அவர் சம்மதித்துவிட்டார். முக்கியமாக நான் என்னுடைய தேசக் கடமையைச் செய்யாமல் இருக்க விரும்பவில்லை” என்று சமாளித்தேன். அந்த அதிகாரி என்னைப் பார்த்தார். பிறகு அவர், “போய் கட்சியிடம் இருந்து ஒரு சான்றிதழ் வாங்கி வா. வரும்போது உன் கார்டியனையும் அழைத்து வா” என்றார்.

என் வாழ்க்கையில் முதல் முறையாகத் தனியாக ஒரு டாக்சியை அமர்த்திப் பயணம் செய்தேன். நேராக மொசூலில் இருந்த என் உறவினர் ஒருவரின் உணவு விடுதிக்குச் சென்றேன்.

என் குடும்பத்தினர் எனக்கு கார்டியனாக இருக்கும்படிக் கேட்கச் சொன்னார்கள் என்று பொய் சொன்னேன். என் உறவினருக்கு அறுபது வயது இருக்கும். பார்க்க நன்றாக இருப்பார். குறிப்பாக, அருமையாக அரபு மொழியில் பேசுவார். என்னுடன் டாக்சியில் ஏறினார். கொஞ்சம் நேரம் சென்ற பிறகு டாக்சியை நிறுத்தச் சொல்லி, என் காதருகே வந்து, "நீ பாத் கட்சியின் உறுப்பினராக இருந்தால், நான் உனக்கு உதவி செய்யமாட்டேன்" என்று உறுதியாகச் சொன்னார். "உங்களுக்குத் தான் எங்கள் குடும்பத்தைத் தெரியுமே. நாங்கள் விலைபோவோம் என்று நீங்கள் நினைக்கிறீர்களா?" என்றேன். கொஞ்ச நேரம் யோசித்துவிட்டு, அவர் என்னைப் பார்த்து, "இல்லை... என்னை மன்னித்துவிடு. என்ன செய்வது? அப்பாவே பிள்ளையை நம்ப முடியாத காலத்தில் வாழ்ந்துகொண்டிருக்கிறோம். சரி, போகலாம்" என்றார்.

நாங்கள் உளவுத்துறை அலுவலகத்துக்கு வந்து சேர்ந்தோம். *அல்சவூரா* என்ற பாத் கட்சியின் செய்தித்தாளை ஞாபகமாக வாங்கிக்கொண்டேன். அதை நன்றாகத் தெரியும்படி கைகளில் வைத்துக்கொண்டேன். ஆனால், என்னிடம் கட்சிச் சான்றிதழ் இல்லை. அங்கிருந்த அதிகாரி என்னுடன் வந்தவரை உற்றுப் பார்த்து, "நீங்கள் இதற்குச் சம்மதிக்கிறீர்களா?" என்று கேட்டார். "நிச்சயமாக. மாணவர்கள் அரேபிய ஒற்றுமையைக் கொண்டாடக் கிளம்புகிறார்கள்" என்றார். என் கார்டியனை ஒரு ஆவணத்தில் கையெழுத்திடும்படி சொன்னார். வேறு எதுவும் கேட்கவில்லை. அவர் கட்சிச் சான்றிதழை மறந்து விட்டார். என்னைப் பார்த்து, "மாலை நான்கு மணிக்கு வந்து உன் பாஸ்போர்ட்டைப் பெற்றுக்கொள்ளலாம்" என்று சொன்னார்.

சரியாக நான்கு மணிக்கு என் கையில் பாஸ்போர்ட் கிடைத்தது. மகிழ்ச்சி வெள்ளத்தில் திளைத்தேன். நான் அதைப் புரட்டிப் பார்த்தேன். "இஸ்ரேலுக்குப் பயணம் செய்யத் தடை" என்ற சிவப்பு முத்திரை இருந்தது. நான் அதைப் பற்றிக் கவலைப் படவில்லை. அங்கே செல்லும் எண்ணம் எனக்கு இல்லை. அந்தப் பக்கத்தைத் திருப்பினேன். இன்னும் ஒரு முத்திரை. "கார்டியன் இல்லாமல் பயணம் செய்யத் தடை" என்று போட்டிருந்தது. இந்த முத்திரை எனக்குப் பெரும் பூதாகரமான பிரச்சனையாகத் தோன்றியது. ஏனெனில், பயணத்தின் நோக்கம், கார்டியன், என்று எல்லாமே பொய்... ஆனால், என் பையில் பாஸ்போர்ட் வந்துவிட்டது! மொசூலின் அழுக்கான தெருக்களில் நடந்துகொண்டே அதற்குள் ஐரோப்பாவுக்குப் போய்விட்டதாகக் கனவு கண்டேன். அங்கே ஒரு பெரிய மனிதனாகி, பிலே நகரில் இருந்தவரைப்போல் ஒரு வெள்ளைக்காரப் பெண்ணை மனைவியாக்கி, அவள் கை என்

ஹினெர் செலீம்

கை மேல் இருக்க, குர்தியர்களுக்காக நிறைய விஷயங்களைச் செய்து கொண்டு இருப்பதாகக் கற்பனை செய்து பார்த்தேன்.

என் பெற்றோரைக் கவனித்தபடி, என் வீட்டில் சில நாட்களைக் கழித்தேன். மேலும், எங்கள் வீட்டுத் தோட்டத்தின் மரங்களையும், என் நகரத்தையும், தெருக்களையும், என் நண்பர்களையும் பார்த்துக்கொண்டிருந்தேன். நான் பழைய ஆள் இல்லை. மாறிப்போய் இருந்தேன். நான் எப்படியும் கிளம்பிவிடுவேன் என்று என் குடும்பத்தினர் சந்தேகப்பட்டனர். ஆனால் நான் இதுவரை எதுவும் சொல்லவில்லை. என் அம்மா என்னைப் பார்த்து, "தம்பி, உன் கண்களில் ஏதோ திட்டம் தீட்டியிருப்பது தெரிகிறது" என்றார். நான் சிரித்துக்கொண்டே, "அம்மா, உன் மகனின் கண்கள் ஒரு பெரிய மனிதனின் கண்கள்" என்றேன். பிறகு, நான் அவரிடம், "அம்மா உன் பிள்ளை உயிருடன் இருக்கிறான் என்று தெரிந்துகொள்வதை நீ விரும்புவாயா மாட்டாயா?" என்று கேட்டேன். "எவ்வளவு கல்நெஞ்சம் உனக்கு. எப்படி நீ அம்மாவின் மனதைச் சந்தேகப்படலாம்?" என்று கேட்டார். பிறகு, சோகமாக, "சரி தம்பி. . . சரி. நீ உயிரோடு இருப்பதுதான் முக்கியம். உனக்கு எந்தத் தீங்கும் ஏற்படக் கூடாது" என்று சொன்னார்.

இது போன்றதொரு பிரிவுக்குப் பிறகு, இவ்வளவு தொலைவுக்குச் சென்றுவிட்ட பிறகு என் பெற்றோரை மீண்டும் உயிருடன் நான் பார்க்காமல் போகக்கூடும். பாத் கட்சி பதவியில் இருக்கும்வரை, நாங்கள் மீண்டும் சந்தித்துக்கொள்ளவோம் என்ற நம்பிக்கையே இல்லை. நான் அவர்களிடம் நாட்டை விட்டு வெளியேறுகிறேன் என்று நேரடியாகச் சொன்னால், என்னைத் தடுத்து நிறுத்தமாட்டார்கள். ஆனால், அவர்களுடைய பார்வையில், நான் இன்னும் சின்ன குழந்தைதான். அவர்களுடைய குழந்தை. எனக்கு விடைகொடுத்து அனுப்பும் பிரிவை அவர்களால் தாங்கிக்கொள்ள முடியாது. கண்களில் நீர் வழிவதைப் பார்த்து யாரால் தாங்கிக்கொண்டு இருக்க முடியும். ஆனால், இந்த நாட்டில எதுவும் நிரந்தரம் இல்லை.

சாகச பறவைகளை வளர்த்த என் மாமா மகன் ஷெத்தோவின் சகோதரிக்கு வேறு ஒரு நகரான எர்பிலில் திருமணம் நடக்கவிருந்தது. அதன் மூலம் எனக்கு ஒரு சந்தர்ப்பம் வாய்த்தது. எங்கள் குடும்பத்துக்கு அழைப்பு வந்தது. என் அம்மாவுக்கு அவருடைய அண்ணன் குழந்தைகளை மிகவும் பிடிக்கும்.

அந்த வியாழக்கிழமை காலை, பல வருடங்களுக்குப் பிறகு, முதன்முறையாக என் அம்மா கறுப்பு உடை அணியாமல் இருந்ததைப் பார்த்தேன். நீல நிறத்தில் சிறு பூக்கள் உள்ள அடர்த்தியான சிவப்பு நிற உடையுடன் அவர் புறப்பட்டார். மிகவும் மகிழ்ச்சியாக இருந்தார். எனக்கும், அவரை அப்படிப்

பார்க்க சந்தோஷமாக இருந்தது. என் அம்மா, அவருடைய புதிய குர்திய உடையில் இருந்தார். கண்களுக்கு மையிட்டுக் கொண்டார். கருவிழியில் இருந்த மேகம் போன்ற அந்த வெள்ளைக் கறை பளிச்சென்று தெரிந்தது. ஆனால் அழகாகவும் சந்தோஷமாகவும் இருந்தார்.

என் அறையில், பயணம் செய்வதற்கான பொருட்களைச் சிறு பையில் எடுத்துவைத்தேன். அதில், குர்திய உடை, குர்திய இசை அடங்கிய கேசட், குர்திய கவிதைப் புத்தகம் எல்லாம் எடுத்து வைத்துக்கொண்டு மாடியை விட்டு இறங்கினேன். "நீ தயாரா?" எங்கள் பெற்றோர் சேர்ந்து குரல் கொடுத்தார்கள். நொறுங்கிவிடுவதுபோல, என் நெஞ்சு வேகமாகப் படபடத்தது. கண்களில் கண்ணீர் முட்டியது. அவர்களைப் பார்ப்பது இதுதான் கடைசி முறையாக இருக்குமோ என்று பயந்தேன். என்ன நடக்கப் போகிறது என்று எனக்குத் தெரியவில்லை. நான் அவர்களைத் தொடர்ந்து கவனித்துக்கொண்டே வந்தேன். இருவரும் சந்தோஷமாக இருந்தார்கள். என் அம்மா பக்கம் குனிந்து மணப்பெண்ணைத் தூக்குவதுபோலப் பிடித்துத் தூக்கி அவரை முத்தமிட்டேன். அவர் சிரித்துவிட்டார். என் அப்பாவும்தான். நான் கொஞ்ச நேரம் அவரை முத்த மிட்டபடியே இருந்தேன். பல ஆண்டுகள் கழித்து மலைகளில் இருந்து வீடு திரும்பியபோது என் அண்ணனின் வாசனையை அம்மா முகர்ந்து பார்த்தார். அதுபோல் நானும் அம்மாவின் வாசனையை முகர்ந்தபடியே இருந்தேன். அமைதியாகவும் மிகவும் கவனமாகவும் அவரைத் தரையில் இறக்கிவிட்டேன். பிறகு என் அப்பாவை அணைக்கப்போனேன். அவர் சிரித்தபடியே, "ஏன் நீ என்னைக் கட்டி அணைக்கிறாய்? நான் எங்கும் போகவில்லை" என்றார். "அப்பாவை அணைத்துக்கொள்ள மகனுக்கு ஏதாவது ஒரு சந்தர்ப்பம் இருந்தாக வேண்டுமா என்ன?" என்று கேட்டேன். "இல்லை தம்பி, வா, வா..." என்று சொல்லிக்கொண்டே என்னை அவர் பக்கம் இழுத்து அணைத்ததால் என்னால் உணர்வுகளைக் கட்டுப்படுத்த முடியவில்லை. அழ வேண்டும்போல இருந்தது. ஆனால் இப்படியே பிரிந்து செல்வதுதான் நல்லது. "என்ன, நீ எங்களுக்கு முன்னதாகவே போகிறாயா?" என்று அப்பா என்னிடம் கேட்டார். நான் பதில் சொல்லவில்லை. அவரைப் பார்த்து மனதுக்குள், "அப்பா, தளபதியின் அந்தரங்கத் தகவல் தொடர்பு அதிகாரியான தன் அப்பாவைப் பற்றி உங்கள் மகனுக்கு எப்பொழுதும் பெருமைதான் என்பதை மறக்க வேண்டாம்" என்று சொல்லிக்கொண்டேன்.

கொந்தளிக்கும் மனத்துடன் நான் அவர்களைப் பிரிந்து தெருவில் இறங்கி நடந்தேன். அவர்களைத் திரும்பிப் பார்க்க முடியாமல் தவித்தேன்.

நான் ஒரு காரில் ஏறி நேராகத் துருக்கிய எல்லையை நோக்கிச் சென்றேன். சிரியா பாத் கட்சியினைப் போய் பார்க்கும் பேச்சுக்கே இடமில்லை. ஆறு மணி நேரத்துக்குப் பிறகு துருக்கி – ஈராக்கிய எல்லையில் இருந்தேன். நிறைய சோதனைச் சாவடிகளைக் கடந்து கடைசிச் சோதனைச் சாவடியை அடைந்தேன். அது ரகசியப் போலீசின் கண்காணிப்பில் இருந்தது. அங்கே பயணிகள் யாரும் கிடையாது. அது முழுக்க முழுக்க வர்த்தகப் பொருட்களைக் கொண்டு செல்வதற்கான பிரத்யேகப் பாதை. பாதுகாப்பு அதிகாரி ஒருவர் என் ஆவணங்களைக் கேட்டார். என் பாஸ்போர்ட்டை அவரிடம் நீட்டினேன். அவர் ஏளனமான தொனியில், சிரித்துக்கொண்டே, "நீ எங்கே போகலாம் என்று திட்டமிட்டு இருக்கிறாய்?" என்று கேட்டார். அவர் எதிரில் நான் ஒரு சின்னப் பையன்.

"துருக்கியை ஒரு வாரம் சுற்றிப் பார்க்கப் போகிறேன்."

"என்ன பள்ளிக்கூடம் நடந்துகொண்டிருக்கும்போதா?"

"நான் அனுமதி வாங்கிவிட்டேன்" என்றேன்.

பாஸ்போர்ட்டை மூடிவிட்டு அவர் என்னை ஒரு குழந்தையைப் போல நடத்தினார். "என்ன என்னுடன் வாதமா? சரி நான் தயார்" என்றார். நான் பயப்படாமல், "நீங்கள் என்ன சொல்கிறீர்கள் என்று புரியவில்லை. அரசாங்கம் தான் இந்தப் பாஸ்போர்ட்டை எனக்கு வழங்கியது" என்று அவருக்குப் பதில் சொன்னேன். அதிகாரி ஒரு இராணுவ வீரரைக் கூப்பிட்டார். என் பக்கம் திரும்பி, "இனி ஒரு முறை மீண்டும் இந்த எல்லைப் பக்கம் வரக் கூடாது. வந்தால் நீ இறந்து விடுவாய்" என்று கடுமையாக எச்சரித்தார். பாஸ்போர்ட்டை என்னிடம் திருப்பிக் கொடுத்துவிட்டு, அந்த இராணுவ வீரரிடம் வாகன நிலையம்வரை என்னைக் கொண்டுபோய் விடச் சொன்னார். என்னைப் பாதுகாப்புப்படையின் ஜீப்பில் ஏற்றியபோது எனக்கு ஏதோ மோசமாக நடக்கவிருக்கிறது என்று நினைத்தேன். அவர்கள் என்னை வாகன நிலையத்துக்கு அழைத்துச் செல்லமாட்டார்கள் என்று நினைத்தேன். எங்கள் வாகனம் புறப்பட்டது. எட்டுச் சோதனைச் சாவடிகளைக் கடந்த பிறகு, வாகன நிலையத்தில் எதுவும் சொல்லாமல் அந்த இராணுவ வீரர் இறக்கிவிட்டார்.

என்னுடைய முதல் முயற்சி தோல்வியில் முடிந்தது. ஆனால் துவண்டுவிடவில்லை. அதனால் நான் நிம்மதிப் பெருமூச்சுவிட்டேன். ஏன் என்றால் இன்னும் ஓநாய்கள் என்னை விழுங்கவில்லை. நேரத்தை வீணாக்காமல், மொசூல் செல்லும் பாதையில் நடந்தேன். அங்கிருந்துதான் சிரியா

செல்லும் வாகனங்கள் புறப்படும். இரண்டரை மணி நேரத்துக்குப் பிறகு, நான் வாகன நிலையத்துக்குப் போய்ச் சேர்ந்தேன். சிரியா போகக்கூடிய வண்டியைத் தேடினேன். மொசூல் கல்லூரியில் மாணவனாக இருக்கும் என் மாமன் மகன் ஷெத்தோவைப் பார்த்தேன். என் அம்மாவையும் அப்பாவையும் போல, அவனுடைய சகோதரியின் திருமணத்துக் காக அழகாக உடுத்திக்கொண்டு அங்கே காத்திருந்தான். நான் அவனுக்குச் சலாம் வைத்தேன். அவனும் என்னை நலம் விசாரித்தான். நானும் திருமணத்துக்குத்தான் வந்திருக்கிறேன் என்று நினைத்துக்கொண்டான். "நீ போய்விடு. நான் பிறகு வருகிறேன்" என்று அவனிடம் சொன்னேன். அவன் ஏற்கனவே கல்லூரிக்குப் போய்விட்டான். நானோ இன்னும் உயர்நிலைக் கல்வியைத் தாண்டவில்லை. அவனைப் பொருத்தவரை, நான் வீணாய்ப்போனவன். ஒழுக்கமில்லாத தறுதலை. என்னைப் பார்த்துவிட்டுக் கிளம்பிவிட்டான்.

எல்லைக்கு என்னை அழைத்துச் செல்லக்கூடிய வண்டி ஏதாவது கிடைக்குமா என்று மீண்டும் தேடினேன். ஒரு பழைய வாகனத்தின் பக்கத்தில் நின்று ஓட்டுநர், "சிரியா, சிரியா" என்று கத்திக்கொண்டு இருந்தார். நான் அவருக்குச் சைகை காட்டிவிட்டு, ஏறி வண்டியின் பின் பக்கத்தில் உட்கார்ந்தேன். மூன்று அரேபிய கிராமத்து ஆசாமிகள் தங்கள் பைகளுடனும் கூடைகளுடனும் ஏறிக்கொண்டார்கள். ஓட்டுநர் பக்கத்தில், கொஞ்சம் இடம் இருந்தது. அதில் உட்கார்ந்திருந்த இளைஞன் ஓட்டுநருடன் குர்திய மொழியில் ஏதோ சொன்னான். அங்கு ஏறி இருப்பவர்கள் சிரியாவைச் சேர்ந்த குர்தியர்கள் என்பதைப் புரிந்துகொண்டேன். எனக்கு சந்தோஷமாக இருந்தது. ஆனால் நான் எதுவும் பேசவில்லை. என்னைப் பற்றி யாருக்கும் எதுவும் தெரியக் கூடாது என்று விரும்பினேன்.

வாகனம் மொசூலைவிட்டு எல்லையை நோக்கிச் சென்று கொண்டிருந்தது. காலை ஐந்து மணிக்கு நாங்கள் சிரியா, ஈராக் எல்லையான ரபியா போய்ச் சேர்ந்தோம். அந்தப் பாலை வனத்தில் அதுதான் ஒரே வாகனம். ஒரு சிறிய சோதனைச் சாவடியில் வண்டி நின்றது. எனக்குப் பரபரப்பு அதிகமானது. ஏ.கே.47 தாங்கிய இராணுவ வீரர் ஒருவர் வந்து எங்களுடைய பாஸ்போர்ட்களை வாங்கிக்கொண்டு சோதனைச் சாவடிக்குள் நுழைந்தார். என் மேல் சந்தேகம் வராதவாறு பார்த்துக் கொண்டேன். அந்த இடம் ஒரு எல்லைச் சோதனைச் சாவடி மாதிரி தெரியவில்லை. மேலும் அந்த இளம் இராணுவ வீரர் பார்க்கப் பரிதாபமாக இருந்தார். எனவே எனக்கு ஓரளவுக்கு நம்பிக்கை ஏற்பட்டது. நான் காத்துக்கொண்டிருந்தேன்.

அதற்குள் ஓட்டுநர் அங்கிருந்த சுவர் ஒன்றின் பின்புறம் சிறுநீர் கழிக்கப் போனார். திரும்பி வந்த இராணுவ வீரர் எல்லோருடைய பாஸ்போர்ட்களையும் திருப்பிக் கொடுத்துவிட்டார். என்னுடையது தவிர. என்னை இறங்கி அவர் பின்னால் வரச் சொன்னார். அவர் சொன்னதை மிகவும் சங்கடத்துடன் செய்தேன். சோதனைச் சாவடிக்குள் ஒரு கருப்பான தடித்த ஆள் இருந்தார். தொங்கும் மீசையுடன் இருந்த அவருடைய கண்களில் தூக்கக் கலக்கம் தெரிந்தது. என்னைப் பார்த்து, “நீ இங்கு என்ன செய்கிறாய்?” என்று கேட்டார். “நான் வந்து. . .” என்று பதில் சொல்லத் தொடங்குவதற்குள், “நாய் விட்டை! வாயை மூடு” என்று கத்தினார். அந்த இராணுவ வீரரிடம் என்னை – இந்த நாய் விட்டையை – அங்கு இருந்த சிறைச் சாலை போன்ற அறையில் அடைக்கச் சொன்னார். தூங்கி எழுந்த பிறகு தன் கச்சேரியை வைத்துக்கொள்ளவும், ரகசியப் போலீஸ் மொகாபாரத்துக்குத் தகவல் கொடுக்கவும் திட்ட மிட்டு இருந்தார். பிறகு என் பாஸ்போர்ட்டை எடுத்துக் கொண்டு உள்ளே போனார். என்னைச் சிறை அறையில் அடைக்கத் தயாராக இருந்த இளம் இராணுவ வீரருடன் தனியாக இருந்தேன். நான் பயணம் செய்த வாகனத்தின் ஓட்டுநருக்குக் கட்டணம் செலுத்திவிட்டு வர அனுமதிக்குமாறு அவரைக் கேட்டேன். அவரும் சரி என்று வாகனம் இருந்த இடம்வரை என்னை அழைத்துச் சென்றார். பயணிகள் எல்லோரும் ஒன்றும் பேசாமல் எனக்காகக் காத்திருந்தார்கள். சன்னல் வழியாக என் தலையை வண்டிக்குள் விட்டு ஓட்டுநரின் காதருகே, “என்னால் தொடர்ந்து உங்களுடன் வர முடியாது. என்னைக் கைது செய்துவிட்டார்கள்” என்று சொன்னேன். இதைக்கேட்ட ஓட்டுநர் வாயடைத்துப் போனார். ஆச்சரியத் துடன் என்னைப் பார்த்து, “நீ குர்தியனா?” என்றார். “ஆமாம்” என்று சோகமான புன்னகையுடன் பதில் சொன்னேன். பருந்து போல வெளியே வந்தவர், அங்கேயே இருக்கும்படி சைகை காட்டிவிட்டு இராணுவ வீரரை அவருடன் வரச் சொன்னார். இரண்டு பேரும் சோதனைச் சாவடிக்குள் நுழைந்தனர். பத்து நிமிடத்துக்குப் பிறகு அவர் தனியாக திரும்பிவந்தார். அவர் கையில் என் பாஸ்போர்ட் இருந்தது. அவர் என்னிடம், “வா, ஏறு! போகலாம்” என்றார். சந்தோஷத்தில் நான் அப்படியே வானத்தில் மிதந்தேன். ஓட்டுநர் என்னை இடம் மாற்றி உட்கார வைத்தார். முன் இருக்கையில் உட்கார்ந்திருந்த அரேபியருக்குப் பதிலாக என்னை அவருக்கும் வேறு ஓர் இளம் குர்திய இளைஞனுக்கும் இடையில் உட்காரவைத்தார். வாகனம் எல்லைப் பகுதியைக் கடந்து சென்றது. ஓட்டுநர் சிரித்துக்கொண்டே என்னைப் பார்த்து, “ஐந்து மணி நேரமாக

எங்களுடன் இருக்கிறாய். ஏன் புறப்படும்போதே நீ ஒரு குர்தியன் என்று சொல்லவில்லை?" என்று கேட்டார். "நாம் தனியாக இல்லையே" என்றேன். ஓட்டுநரிடமும் அந்த இளம் வாலிபனிடமும் அறிமுகம் செய்துகொண்டேன். "என் பெயர் ஆசாத்" என்றேன். "நான் ஹெசோ" என்றார் ஓட்டுநர். "என் பெயர் ஷிவன். ஆனால் அரசாங்க விஷயங்களுக்கு, எனக்கு ஒரு அரேபியப் பெயர் இருக்கிறது. அது மொஹமத்" என்று அந்த இளம் வாலிபன் சிரித்துக்கொண்டே சொன்னான். "என் பாஸ்போர்ட்டைக் கொடுத்து என்னை விட்டுவிடும்படி அந்த அதிகாரியை எப்படிச் சரி செய்தாய்?" என்று கேட்டேன். "நான் அவருடன் கடத்தல் வேலைகளில் ஈடுபட்டு வருகிறேன். எனக்கு அவருடைய ரகசியமெல்லாம் தெரியும்" என்றார்.

என் பயணத்துக்கான கட்டணத்தைச் செலுத்தப் பணத்தை வெளியே எடுத்தேன். அவர் முதலில் வாங்க மறுத்தார். பிறகு, என்னிடம், "நீ சுற்றுலாப் பயணியாக இருப்பதால், அதாவது உன்னிடம் பணம் இருப்பதால் ஏற்றுக் கொள்கிறேன். இல்லையென்றால்..." என்று இழுத்தார்.

அந்த இளம் வாலிபன் என்னைப் பார்த்துக்கொண்டே இருந்தான். அவன் தொடர்ந்து, "நாம் குர்தியர்கள் இல்லையா? நாமெல்லாம் சகோதரர்கள் இல்லையா? நாம் சுதந்திரம் அடையப்போகிறோம் இல்லையா?" என்று சொல்லிக் கொண்டே இருந்தான்.

நான் கொண்டுவந்த குர்திய உடை, குர்திய இசை அடங்கிய கேசட், குர்திய கவிதைப் புத்தகம் ஆகியவை அடங்கிய பை என் தொடைமேல் இன்னும் இருந்தது. கையுறை வைக்கும் பெட்டியைத் திறந்து அதிலிருந்து ஒரு கேசட்டை எடுத்து ரெக்கார்ட் பிளேயரில் போட்டார். அது சிரியாவைச் சேர்ந்த உயரமான ஒல்லிக் குர்தியர், முகமது ஷெக்கோவின் குரல். 1974ஆம் ஆண்டு ஈரானின் அகதி முகாமில் ஒலித்த அதே பாடல். நாங்கள் பயணம் செய்த வாகனம் ஒரு பெரிய சமவெளியைக் கடந்து நீளமான பாதை ஒன்றில் சென்று கொண்டிருந்தது.

காலம் செல்லச் செல்ல . . .
என் இதயத் துடிப்பின் வேகம்
மெல்ல மெல்ல அடங்குகிறது,
என் இனியவளே . . .

ஆசாத் ஆகிய நான் இன்னமும் சின்னப் பையன் இல்லை...

ஆசாத்: பல ஆண்டுகள் இத்தாலியில் வாழ்ந்திருக்கிறார். ஆனால் அவரால் குடியுரிமைச் சான்றிதழ் பெற முடியவில்லை. ஏனெனில், குர்தியர்களுக்கு அகதிகள் என்ற தகுதியை இத்தாலி வழங்கவில்லை. எனவே அவர் பிரான்சில் தங்கி விட்டார்.

ஷெரோ செலீம் மலே: ஆசாத்தின் தந்தை. 1996ஆம் ஆண்டு டிசம்பர் 18ஆம் தேதி இறந்துவிட்டார். அவருடைய மகனால் இறுதிச் சடங்குகளில் கலந்து கொள்ள இயலவில்லை. காரணம், அவருடைய நாட்டுக்குத் திரும்பிப் போக முடியாது!

தளபதி பர்ஸானி: நியு ஜெர்சியில் 1978ஆம் ஆண்டில் புற்றுநோயால் மாண்டார்.

ஹெபேத்: ஆசாத்தின் அம்மா. இடது கண் பார்வையை இழந்தவர். அவர் தனியாக ஆக்ரேவில் உள்ள அவர்களுடைய கோட்டை வீட்டில் வாழ்ந்து வருகிறார்.

ரோஸ்தாம்: அவருடைய அண்ணன். 1997ஆம் ஆண்டு நாட்டை விட்டு வெளியேறி இப்பொழுது ஜெர்மனியில் வசிக்கிறார்.

திலோவான்: இவரும் ஆசாத்தின் அண்ணன். ஸிலானின் தந்தை. இவருக்குப் பதினோரு பிள்ளைகள். போராட்டக் குழுக்களுடன் குர்திஸ்தான் மலைப் பகுதிகளில் இருந்தவர். 1987 – 88இல் 'ஆப்பரேஷன் ஆன்ஃபால்' எனும் குர்திஸ்தான் இனப்படுகொலையின்போது நடந்த இரசாயன ஆயுதங்கள் கொண்ட தாக்குதலில் அவருடைய மனைவி திஜ்லாவின் பெற்றோர்கள் கொல்லப் பட்டனர்.

தமான்: ஆசாத்தின் அக்கா. சித்திரவதை முகாம்களில் இருந்துள்ளார்.

ரமோ: ஆசாத்தின் மாமன் மகன். பாக்தாத்தில் கட்டடக் கலை படிப்பை முடித்தான். சித்திரவதை செய்யப்பட்டு 1982ஆம் ஆண்டு மரணம் அடைந்தான்.

ஷெத்தோ: சாகசப் புறாக்கள் வளர்த்த மாமன் மகன். விவசாயப் பொறிஞராகி தனது பழத்தோட்டத்தைக் கவனித்து வருகிறான்.

ஜேக்கப்: கணித ஆசிரியர். 1981ஆம் ஆண்டில் மொசூலில் சுட்டுக்கொல்லப்பட்டார்.

சமி: ரகசியப் போலீசார் அவரைப் பிடித்துச் சென்ற பிறகு மீண்டும் வெளியே பார்க்க முடியவில்லை. அவருடைய உடம்பை சல்ஃபரிக் அமிலத்தில் போட்டு அழித்திருப்பார்கள் என்று அவருடைய குடும்பத்தினர் நினைக்கிறார்கள்.

சதாம் உசேன்: ஈராக் அதிபர். பாக்தாத்தில் உள்ள அவரது அரண்மனையில் 2003ஆம் ஆண்டு, ஏப்ரல் மாதம்வரை வசித்து வந்தார்.

இமாத்: இசைவாணர். ஒரு அற்புதமான வயலின் வல்லுநராகிவிட்டார். கடும் எதிர்ப்பை மீறி அவர் ஒரு பெண்ணைக் காதலித்தார். எனவே அவர்கள் ஊரைவிட்டு ஓடிப்போனார்கள். ஆனால் இரண்டு ஆண்டுகள் கழித்து ஊர் திரும்பியதும் அவர்களுடைய குடும்பத்தாரால் அவர்கள் கொல்லப்பட்டனர்.

காலாவெஜ்: ஆசாத்தின் மாமன் மகள். அவர் நாட்டை விட்டுப் புறப்பட்ட அன்று திருமணம் நடந்த அவருக்கு ஒரு பெண் இருக்கிறார். 1980ஆம் ஆண்டு நடந்த ஈரான் – ஈராக் போரின்போது அவருடைய கணவர் காணாமல் போய்விட்டார்.

மின்விளக்கை ஆசாத்துக்குப் பரிசளித்த ஜியானின் அப்பா சுடப்பட்டு இறந்தார். அவருடைய குடும்பத்தைச் சேர்ந்த மற்றவர்கள் ஈராக்கின் தெற்கில் உள்ள சித்திரவதை முகாம்களுக்குக் கொண்டு செல்லப்பட்டனர்.

2003ஆம் ஆண்டு, ஏப்ரல் மாதம் 9ஆம் தேதி, கூட்டுப் படைகள் ஈராக்குக்குள் நுழைந்தன. சதாம் உசேனின் அரசு வீழ்ந்தது.

....